|| राजर्षी शाहू छत्रपती ||
एक अभ्यास

वसुधा जयसिंगराव पवार

मेहता पब्लिशिंग हाऊस

- *या पुस्तकातील लेखकाची मते, घटना, वर्णने ही त्या लेखकाची असून त्याच्याशी प्रकाशक सहमत असतीलच असे नाही.*

RAJARSHI SHAHU CHATRAPATI : EK ABHYAS
by VASUDHA J. PAWAR

राजर्षी शाहू छत्रपती : एक अभ्यास / संशोधनात्मक

प्रकाशक : सुनील अनिल मेहता, मेहता पब्लिशिंग हाऊस,
१९४१, सदाशिव पेठ, माडीवाले कॉलनी, पुणे - ४११०३०

मुखपृष्ठ : चंद्रमोहन कुलकर्णी

प्रकाशनकाल : २५ नोव्हेंबर, २००४ / मे, २०११ /
मेहता पब्लिशिंग हाऊसची सुधारित तृतीयावृत्ती : मार्च, २०१८

P Book ISBN 9789387789111
E Book ISBN 9789387789128
E Books available on : play.google.com/store/books
www.amazon.in/b?node=15513892031

माझे वडील
कै. दिनकर मास्तर,
ज्यांनी राजर्षी शाहू छत्रपतींच्या प्रेरणेने
आपले सर्व आयुष्य
बहुजनांच्या उद्धारासाठी
वाहिले...
त्यांच्या स्मृतीस...

पुरस्कार

डॉ. आ. ह. साळुंखे, सातारा

'राजर्षी शाहू छत्रपती : एक अभ्यास' हे कोल्हापूरच्या वसुधा ज. पवार यांचे पुस्तक शाहू महाराजांच्या अनेक आठवणी नोंदवून त्यांच्या चरित्राची आणि कार्याची नीट ओळख करून देणारे आहे. आपल्या तरुण पिढीला सामाजिक बांधिलकीचे भान देण्याच्या दृष्टीने ते खूप उपयुक्त ठरेल, असा मला विश्वास वाटतो. या पुस्तकाची मांडणी सोप्या, प्रासादिक भाषेत करण्यात आली असून, त्याचा आशय समाजातील सर्व घटकांची प्रतिभा फुलवण्याच्या दृष्टीने समतेचे आणि न्यायाचे संस्कार करणारा आहे. पूर्वी ऋग्वेद, यजुर्वेद आणि सामवेद या तीन वेदांना 'पवित्र- त्रयी' म्हटले जात असे. आधुनिक समतेच्या युगात मात्र फुले-शाहू-आंबेडकर ही खऱ्या अर्थाने 'पवित्र त्रयी' आहे, असे म्हणता येते. या तीन महापुरुषांचे विचार आणि कार्य हा सामाजिकदृष्ट्या एक अखंड प्रवाह आहे, हेही या पुस्तकातून सूचित झाले आहे. अज्ञानाने काळवंडून गेलेले आणि दारिद्र्याने गांजून गेलेले सर्वसामान्य लोकांचे जीवन ज्ञानाने उजळून निघावे आणि समृद्धीने बहरून यावे, यासाठी शाहू महाराजांनी आयुष्यभर जो संघर्ष केला, तो विधायक पद्धतीने नोंदवण्याचे काम वसुधा पवार यांनी प्रस्तुत पुस्तकात समर्थपणे केले आहे.

एक खंत माझ्या मनाला नेहमीच कुरतडत आली आहे. माझ्या शालेय आणि महाविद्यालयीन जीवनात शाहू महाराजांविषयी फारशी

माहिती माझ्यापर्यंत पोचली नाही. कारणे काहीही असोत, या महापुरुषाच्या विचारांचे संस्कार त्या वयात माझ्यावर झाले नाहीत. मन उमलविणाऱ्या एका आल्हादक प्रकाशाला मी मुकलो, वंचित राहिलो. पुढे चार्वाकदर्शनाचा अभ्यास करू लागल्यावर त्या दर्शनाने मला एक नवे भान आले आणि मग मी फुले-शाहू-आंबेडकरांपर्यंत पोहोचलो. हे इतक्या उशिरा घडण्याऐवजी, लहान वयातच माझे हृदय या महापुरुषाच्या हृदयाशी जोडले गेले असते, तर माझ्या आयुष्यातील पंधरा-वीस वर्षे सामाजिक विचारांच्या दृष्टीने ओसाड वा पडीक राहिली नसती;

पण आज एक समाधान आहे. वसुधा पवारांचे प्रस्तुत पुस्तक आपल्या शालेय आणि महाविद्यालयीन मुलामुलींच्या हातात पडले, तर त्यांच्यावर माझ्याप्रमाणे काही वर्षे एका दृष्टीने वाया गेल्याची खंत बाळगण्याचा वा पश्चात्ताप करण्याचा प्रसंग येणार नाही.

तसे पाहिले, तर अगदी सर्वसाधारण माणसाच्या व्यक्तिमत्त्वालाही असंख्य पैलू असतात. मग शाहूंसारख्या क्रियाशील राजाच्या व्यक्तिमत्त्वाला विविध पैलू होते, यात आश्चर्य नाही. वसुधा पवार यांनी आपल्या पुस्तकाच्या वेगवेगळ्या प्रकरणांतून या पैलूंचे दर्शन घडविले आहे. अस्पृश्यतानिवारण, सक्तीचे प्राथमिक शिक्षण, वसतिगृहांची स्थापना, दुष्काळावर आणि साथीच्या रोगांवर केलेली मात, आरक्षण, मुलींचे शिक्षण, आंतरजातीय विवाहास मान्यता देण्याचा कायदा, फासेपारधी वगैरेंचे पुनर्वसन, जलसंधारण, चहा-कॉफी लागवड इ. प्रकारे सामाजिक जीवनाच्या असंख्य क्षेत्रांमध्ये 'राजर्षी शाहूंनी' काळाच्या पुढे पावले टाकली असे दिसते. काळ राजाला घडवतो की राजा काळाला घडवतो, याचे 'राजा कालस्य कारणम्' हे प्राचीन काळी देण्यात आलेले उत्तर भारताच्या इतिहासातील ज्या मोजक्या राजांना यथार्थतेने लागू पडते, त्यांमध्ये शाहू महाराजांचे स्थान फार वरचे आहे, यात शंका नाही. वसुधा पवार यांच्या प्रस्तुत पुस्तकातून हे सर्व उत्तम रीतीने व्यक्त झाले आहे.

तसे पाहिले, तर राजर्षी शाहूंच्या चरित्रातील बहुसंख्य घटना आपले डोळे दिपवून टाकणाऱ्या आहेत. तरीही प्रस्तुत पुस्तकात आलेल्या दोन घटना मी येथे आवर्जून नोंदवू इच्छितो. 'राजर्षी शाहू आणि राष्ट्रीय एकात्मता' या प्रकरणात वसुधा पवार लिहितात :

'आपल्या संस्थानात हिंदू-मुस्लिम समाजात ऐक्यभाव व प्रेमभाव निर्माण व्हावा म्हणून महाराजांनी अनेक नावीन्यपूर्ण उपक्रम योजिले होते. त्यांनी हिंदूंच्या काही देवस्थानांच्या उत्पन्नाचा काही भाग मुस्लिम देवस्थानांसाठी व देवस्थानांच्या (दर्गा, मशिदी) उत्पन्नाचा काही भाग हिंदू देवस्थानांसाठी लावून दिला होता. उदा. पाटगावच्या मौनी महाराजांच्या उत्पन्नातून तेथील मशिदीसाठी दरवर्षी ३०० रुपये देण्याची व्यवस्था केली होती, तर रुकडी येथील एका पिराच्या उत्पन्नातून अंबाबाईच्या मंदिरात दिवे लावण्यासाठी खर्च करावा, अशी व्यवस्था केली होती.' माणसांची हृदये जोडून त्यांच्यामध्ये सामंजस्य निर्माण करण्याचा एक महान प्रयत्न म्हणूनच या कृतीकडे पहावे लागेल.

आपल्या सुनेच्या शिक्षणासाठी नेमलेल्या शिक्षकांविषयी त्यांनी व्यक्त केलेला आदर त्यांचे असामान्य विद्याप्रेम व्यक्त करणारा आहे. वसुधा पवार लिहितात :

...महाराज उद्गारले, "तोफखाने, मी त्यांना पगार देणार असलो, तर तो त्यांच्या विद्यादानासाठी. विद्येचं महत्त्व मी जाणतो. ती विद्या ते जोपर्यंत माझ्या सुनेला देत आहेत, तोपर्यंत मला मुजरा त्यांनी केला नाही तरी चालेल. माझ्या सुनेच्या कल्याणासाठी मी तिच्या गुरूला जरूर नमस्कार करीन. मग झाले की नाही? तुम्ही निश्चिंत रहा."

वसुधा पवार यांच्या प्रस्तुत पुस्तकात शाहू महाराजांच्या चरित्रातील अशा असंख्य घटना आल्या आहेत. आपल्या प्रजेतील प्रत्येक व्यक्तीला उन्नत करण्याची तळमळ लागलेल्या या महापुरुषाचे चरित्र नव्या पिढीला उंच उंच झेप घेण्याची प्रेरणा देऊ शकते. त्यांचे हे चरित्र नव्या पिढीपर्यंत पोहोचविणे ही मात्र आपली सर्वांची जबाबदारी आहे. या जबाबदारीच्या बाबतीतील पहिला वाटा वसुधा पवार यांनी प्रस्तुत पुस्तकाच्या लेखनाद्वारे उचलला आहे, ही बाब अभिनंदनीय आणि अनुकरणीयही आहे.

लेखिकेचे मनोगत

'राजर्षी शाहू छत्रपती : एक अभ्यास' हा माझा लेखसंग्रह शाहूप्रेमी वाचकांच्या हाती देताना मला खूप आनंद होत आहे. राजर्षी शाहू छत्रपती हे बहुजन समाजाच्या उन्नतीचा, उत्कर्षाचा मूलस्त्रोतच आहेत, याची जाणीव सतत आमच्यामध्ये राहावी, या माझ्या अंत:करणातील भावनेने मी हे लेख लिहिले आहेत.

माझे पती डॉ. जयसिंगराव पवार हे इतिहास संशोधक आहेत. गेली चाळीस वर्षे त्यांचा इतिहास संशोधन आणि इतिहास लेखनाचा यज्ञ चालू आहे. त्यांच्या सहवासाने आमचे सर्व घरच इतिहासमय झाले आहे. त्यांनी अनेक ग्रंथ लिहिले. त्यांच्या प्रत्येक ग्रंथाचे पहिल्यांदा वाचन करण्याचे भाग्य मला लाभले. त्यांच्या सततच्या अभ्यासू वृत्तीमुळेच लग्नानंतर मलाही काहीतरी करावे असे वाटू लागले. माझ्या सासऱ्यांनी, कै. ती. भाऊसाहेब पवार यांनी, कॉलेज शिक्षणासाठी राजाराम कॉलेजमध्ये माझे नाव घातले आणि मला शिक्षण घेण्याची संधी दिली. "पण घरचे सर्व आनंदाने सांभाळणार असाल तर शिका," अशी अटही त्यांनी मला घातली. ती मी स्वीकारली आणि ती मी पाळण्याचाही कसोशीने प्रयत्न करीत राहिले. संसार सांभाळून मी एम.ए.(मराठी) व एम.ए.(इतिहास) या पदव्या संपादन केल्या;

परंतु एवढ्यावरच माझे समाधान झाले नाही. घरातील अभ्यासाच्या वातावरणामुळे आपणही काहीतरी लिहावे असे मला वाटू लागले. सन १९९१मध्ये अहमदनगर येथील एका ग्रंथालयाच्या शताब्दीच्या

निमित्ताने तेथे 'महाराष्ट्र इतिहास परिषदेचे' एक अधिवेशन भरले होते. त्या अधिवेशनामध्ये डॉ. पवार यांच्या मार्गदर्शनाने 'करवीरचे छत्रपती चौथे शिवाजी महाराज' यांच्यावर मी माझा पहिला शोधनिबंध सादर केला. त्या परिषदेचे अध्यक्ष म्हणून इतिहासाचे गाढे अभ्यासक पंडित सेतुमाधवराव पगडी व उद्घाटक म्हणून शिवशाहीर बाबासाहेब पुरंदरे अशी विद्वान मंडळी होती. त्यांच्यासमोर मी माझा शोधनिबंध वाचला. बाबासाहेबांना शोधनिबंध आवडला. सेतुमाधवरावांनी माझे कौतुक केले. आणि मला काहीतरी लिहीत रहा, करत रहा, असा आशीर्वादपर उपदेशही केला.

मला आठवते, त्या वेळी सेतुमाधवरावजी दृष्टिहीन झालेले होते. ९० वर्षांच्या या इतिहास महर्षींनी, त्या दिवशी रात्री नऊनंतर 'तंजावरच्या इतिहासा'वर तीन तास व्याख्यान दिले. त्यांच्या पत्नी साध्या, सात्त्विक व उच्चशिक्षित होत्या. त्या सतत त्यांच्यासोबत राहून त्यांची काळजी घेत असत. विशेष म्हणजे ते स्वतःला आपण दृष्टिहीन आहोत, असे समजतच नव्हते. आम्ही सतत दोन-तीन दिवस एकत्रच होतो. त्या वेळी ते मला म्हणाले, ''वसुधाताई, मला दिसत नाही असे वाटते का तुम्हाला?'' या त्यांच्या प्रश्नाचे काय उत्तर द्यावे मला काही सुचेना. माझी शांतता त्यांनी ताडली असावी. ते आपल्या पत्नीला हात लावून म्हणाले, ''हे आहेत माझे डोळे! मी यांच्या डोळ्यांनी पाहतो, वाचतो आणि लिहितोदेखील!'' आपल्या सहधर्मचारिणीविषयीच्या प्रगाढ प्रेमाने त्यांनी काढलेल्या या उद्गाराने मी अचंबित झाले. पती-पत्नीमध्ये केवढी एकरूपता आणि या वयातही इतिहाससेवेचा केवढा दुर्दम्य उत्साह! असे वाटून आपण सतत काहीतरी लिहीत राहिले पाहिजे, असा मी निश्चय केला.

त्यानंतर लोकसाहित्याच्या ख्यातनाम संशोधक डॉ. सरोजिनी बाबर (आक्का) यांचे प्रेम व मार्गदर्शन माझ्या लेखनाच्या कामी मला मिळाले. शिवाजी विद्यापीठामध्ये एका मीटिंगसाठी त्या आल्या असताना त्या आमच्या घरी आल्या होत्या. त्या वेळी 'स्वातंत्र्यसौदामिनी ताराराणी' यांचे छोटेखानी चरित्र 'समाज शिक्षण माले'साठी लिहून द्यावे, अशी त्यांनी डॉ. पवार यांच्याकडे इच्छा व्यक्त केली; परंतु त्यांचे 'सेनापती संताजी घोरपडे' या ग्रंथाचे संशोधन-लेखन चालू

होते. त्यामुळे त्यांनी आक्कांना "सध्या माझ्या हातात एक प्रकल्प आहे. तो संपल्यानंतर पाहू," असे सांगितले. यावर आक्कांनी मला बोलाविले आणि त्या म्हणाल्या, "तुमचाही इतिहास विषय आहे. घरात इतिहास अभ्यासाचेच वातावरण आहे. तुम्ही हे काम हाती घ्या आणि ताराराणींचे चरित्र तुम्ही मला तीन-चार महिन्यांत लिहून द्या." मी पडत्या फळाची आज्ञा स्वीकारून 'महाराणी ताराबाई' यांचे छोटेखानी चरित्र आक्कांना लिहून दिले. आक्कांनी ते स्वत:च्या प्रस्तावनेसह 'समाज शिक्षण मालेतून' प्रकाशितही केले. अशा प्रकारे आक्कांनी मला लिहितं केलं. या गोष्टीची मला या ठिकाणी कृतज्ञतापूर्वक आठवण होणे स्वाभाविक आहे.

१९९२ साली 'अखिल महाराष्ट्र इतिहास परिषदे'ची स्थापना झाली आणि डॉ. पवार यांची त्या परिषदेचे अध्यक्ष म्हणून तीन वर्षांसाठी निवड झाली. या परिषदेची अधिवेशने दर वर्षी महाराष्ट्रात कुठे ना कुठे होत असत. तेव्हा डॉ. पवार यांच्याबरोबर मी अधिवेशनासाठी जाऊ लागले. अधिवेशनामध्ये आपण नुसत्या प्रेक्षकाच्या भूमिकेत न राहता इतिहास अभ्यासकाच्या भूमिकेमध्ये असावे, असे मला वाटत होते. आणि मी एखादा नवीन विषय घेऊन शोधनिबंध वाचला पाहिजे, अशी त्यांचीही इच्छा असे. संसाराचा व्याप सांभाळून प्रत्येक अधिवेशनासाठी मी शोधनिबंध तयार करू लागले. शोधनिबंधाचे वाचन अभ्यासकांसमोर होऊन त्यावर चर्चा व प्रश्नोत्तरे होत असल्याने मला त्याचा फायदा होऊ लागला. प्रस्तुत पुस्तकातील बहुतेक लेख इतिहास परिषदेच्या अशा अधिवेशनांत वाचलेले आहेत.

१९९१ साली डॉ. पवार यांनी 'महाराष्ट्र इतिहास प्रबोधिनी' या संस्थेची स्थापना केली. 'इतिहास संशोधन आणि त्याद्वारे समाजप्रबोधन' हे या संस्थेचे प्रमुख उद्दिष्ट होते. १९९४ साली राजर्षी शाहू छत्रपतींच्या राज्यारोहण शताब्दीनिमित्त या संस्थेतर्फे 'राजर्षी शाहू स्मारक ग्रंथ' प्रकाशित करण्याचा संकल्प डॉ. पवार यांनी सोडला. १९९४ ते २००१ असे सहा-सात वर्षे त्यांचे या ग्रंथाचे काम चालू असल्याने आमचे सर्व घरदारच शाहूमय होऊन गेले होते. उठताबसता, आल्यागेल्याशी ' शाहू' या विषयावरच चर्चा होत असे. राजर्षी शाहू छत्रपतींची छायाचित्रे, पेंटिंग्ज, कागदपत्रे, आदेश असे ते चर्चेचे विषय

असत. या सर्वांचा माझ्यावरही परिणाम झाल्याशिवाय राहिला नाही. मी इतिहास परिषदेला शाहू छत्रपतींच्याच जीवनकार्याचा एखादा पैलू घेऊन त्यावर शोधनिबंध तयार करू लागले. प्रस्तुत संग्रहातील लेखांची अशी पार्श्वभूमी आहे.

संशोधनात्मक लेखांचा संग्रह असणारे हे माझे पहिलेवहिले पुस्तक आहे. त्यास संशोधनाच्या क्षेत्रातील मान्यवराची प्रस्तावना असावी, असे मला वाटल्यावरून मी थोर बहुजनवादी विचारवंत व संशोधक डॉ. आ. ह. साळुंखे यांना विनंती केली. त्यांनी ती मान्य करून अत्यंत मार्मिक, मौलिक आणि मार्गदर्शक असा प्रस्तावनावजा 'पुरस्कार' माझ्या पुस्तकाला दिला, याबद्दल त्यांचे ऋण मानावे, तेवढे थोडेच आहेत.

१ जुलै २००४   — सौ. वसुधा ज. पवार
                                                       कोल्हापूर

अनुक्रमणिका

शाहू छत्रपती :
विश्वामित्र-जनक यांच्यानंतरचा 'राजर्षी'

गजांतलक्ष्मी पायांशी लोळण घेत असता हिंदुस्थानातील इतर संस्थानिकांप्रमाणे राजैश्वर्याचा सुखोपभोग घेत ख्यालीखुशालीचे जीवन न कंठता, कोल्हापूरचा शाहू राजा राजवाड्यातून दीन-दलितांच्या वस्तीत, रयतेच्या झोपडीत गेला आणि त्याने त्यांच्या उद्धाराचा वसा घेतला. हिंदुस्थानच्या सामाजिक चळवळींच्या इतिहासातील या घटनेची नोंद सुवर्ण अक्षरांनी करावी लागेल. 'राजदंड' ही शोभेची वस्तू नसून लोकसेवेचे ते एक साधन आहे, याची पूर्णपणे जाणीव असलेला हा एक अलौकिक राजा होता.

राजनीतीचा मूलभूत पाठ

राजा हा खरा लोकांचा सेवक असतो, प्रजेच्या सुखातच राजाचे सुख असते, राजाचे हित त्याच्या स्वार्थसाधनात नसून ते प्रजेला संतुष्ट ठेवण्यात असते, हा राजनीतीचा मूलभूत पाठ त्यांचे गुरू फ्रेझर व रघुनाथराव सबनीस यांनी शाहू महाराजांना दिला होता. त्यामुळे त्यांनी सिंहासनावर बसल्याबरोबर आपल्या प्रजेची स्थिती समजून घेण्यासाठी आपल्या गुरूसमवेत प्रजाभेटीचे दौरे काढले. हा राजा आपल्या राज्यातील खेड्यापाड्यांत गावच्या वाडीपासून दीनदलितांच्या, अस्पृश्यांच्या वस्तीपर्यंत

पायउतार होऊन गेला. त्याने त्यांची दयनीय स्थिती पाहिली. त्यांची सुख-दुःखे ध्यानात घेतली. त्यांची गाऱ्हाणी ऐकली. त्यांच्याच रांगड्या भाषेत त्यांच्याशी हितगूज केले. तत्पूर्वी, पन्नास वर्षे करवीर राज्यात कारभारी मंडळींची अंदाधुंदी होती. रयतेला राजाचे सुख मिळाले नव्हते. आता आपला राजा झोपडीपर्यंत आल्याचे पाहून गोरगरीब प्रजाजनांस आनंद झाला. या घटनेने राजा आणि प्रजा यांच्यामध्ये प्रेमाचा अतूट धागा निर्माण झाला. राजाबद्दल रयतेच्या मनात विश्वास निर्माण झाला. त्यांच्या मनात अपूर्व असे समाधान निर्माण झाले. हेच समाधान शाहू राजांच्या भावी यशाचे गमक ठरले.

राज्याधिकार हाती घेतल्यावर शाहू महाराजांना आपल्या राज्यावर कोसळलेल्या दुष्काळ व प्लेग यासारख्या भयंकर संकटांना तोंड द्यावे लागले. आपल्या प्रजाजनांचे जीवित सुरक्षित राखण्यासाठी या राजाने जिवाचे रान केले. आपला खजिना रयतेच्या डोळ्यातील अश्रू पुसण्यासाठी खर्च केला.

भयानक अनुभव

आपल्या राज्यातील रयत सुखी होण्यासाठी अहोरात्र झटणाऱ्या या राजास एक दिवस मोठा भयानक अनुभव आला. बरोबर शंभर वर्षांपूर्वीची गोष्ट. त्या काळी कार्तिक मासात महाराज पंचगंगा नदीवर पहाटे स्नानास जात असत. स्नान करतेसमयी मंत्र म्हणण्यासाठी एक पुरोहित असे. त्या दिवशी महाराजांसोबत स्नानासाठी त्यांचे स्नेही व प्रकांड पंडित राजारामशास्त्री भागवतही होते. पुरोहित मंत्र उच्चारत होता, तेव्हा राजाराम शास्त्रींच्या लक्षात आले की, हा 'पुराणोक्त' मंत्र म्हणतो आहे. त्यांनी महाराजांच्या लक्षात ही गोष्ट आणून दिली. तेव्हा महाराजांनी याचा जाब विचारला –

"आम्ही क्षत्रिय, आम्हास वैदिक मंत्रांचा अधिकार असता तुम्ही पुराणोक्त मंत्र का म्हणता?"

तेव्हा तो पुरोहित उद्धटपणे म्हणाला, "मी तुम्हाला क्षत्रिय मानीत नाही. ब्रह्मवृंद जोपर्यंत तुम्हाला क्षत्रिय मानीत नाहीत, तोपर्यंत माझ्या लेखी आपण शूद्र आहात आणि शूद्रास वेदोक्त मंत्रांचा अधिकार नाही!"

एखादी वीज मस्तकावर कोसळावी तशी महाराजांची अवस्था झाली. शिवछत्रपतींच्या वारसदारास हा सामान्य पुरोहित 'शूद्र' मानत होता.

महाराजांच्या डोक्यात विचारांचे काहूर उठले. माझ्यासारख्या राजघराण्यातील व्यक्तीला ज्या समाजात 'शूद्र' मानले जाते, तेथे महार, मांग, चांभार आदी शतकानुशतके शुद्रातिशूद्र मानले गेलेल्या लोकांना या ब्रह्मवृंदांकडून कशी वागणूक मिळत असेल, या विचारातूनच त्यांनी जातिभेदाच्या अनिष्ट रूढीने भरडल्या जाणाऱ्या अस्पृश्य समाजाचे उघड्या डोळ्यांनी निरीक्षण करावयास सुरुवात केली आणि समाजातील जातिभेदांशी, उच्च-नीचतेच्या कल्पनेशी, अस्पृश्यतेशी दोन हात करण्याचा कृतनिश्चय केला. खरे तर या घटनेने शाहू महाराजांच्या जीवनातच विलक्षण क्रांती घडवून आणली आणि त्यांचे सारे जीवनच तिने बदलून टाकले.

गंगाराम कांबळेची कथा

एक दिवस महाराजांच्या घोड्याच्या पागेत काम करणारा गंगाराम कांबळे नावाचा एक महार मोत्तद्दार घोड्यांच्या पागेतील काम करून खूप तहानलेला झाला होता. तहानेने त्याचा जीव कासावीस झाला होता. आता तो पाणी कुठले पिणार? त्याने स्पृश्य लोकांच्या हौदाजवळ जाऊन तेथील लोकांकडे पाण्याची याचना केली; पण कोणीही त्याची दखल घेतली नाही. तेव्हा तिरीमिरीने राजवाड्याच्या हौदावर जाऊन तो पोटभर पाणी प्याला. त्याचा आत्मा शांत झाला; परंतु आतापर्यंत त्याच्याकडे दुर्लक्ष करणाऱ्या या लोकांनी महाराजांचा हौद या अस्पृश्याने बाटवला म्हणून त्याला असा काही बडवला, की तो अर्धमेला होऊन गेला. या वेळी महाराज बाहेरगावी गेले होते. ते राजवाड्यावर परतल्यावर गंगाराम आपल्या भाऊबंदांसह त्यांच्यासमोर उभा राहिला व त्यांना आपल्यावरील अत्याचाराची कहाणी सांगितली, तेव्हा महाराजांचा संताप अनावर झाला. त्यांनी हातात कमची घेऊन गंगारामला मारणाऱ्या लोकांना फोडून काढले आणि गंगारामला आपल्या सेवेतून मुक्त करून त्यास कोल्हापूरच्या भर रस्त्यावर हॉटेल काढण्यास भांडवल व जागा दिली. गंगारामने हॉटेल सुरू केले; पण महाराच्या हॉटेलात चहा कोण पिणार? गंगारामपुढे हाच प्रश्न होता; पण तोही महाराजांनी सोडविला.

महाराज दररोज या राजरस्त्यावरून तुळजा भवानीमातेच्या दर्शनास आपल्या रथातून जात असत. आता महाराजांचा रथ दररोज गंगारामच्या हॉटेलसमोर थांबू लागला. महाराजांच्या रथात ब्राह्मण अधिकारी, मराठा सरदार असत. त्यांच्यासमवेत महाराज गंगारामला 'फक्कड' चहाची ऑर्डर देत आणि आपल्याबरोबर सर्वांना गंगारामचा चहा पाजीत. गंगारामच्या हॉटेलमध्ये राजा प्रतिष्ठित लोकांसह चहा पिताना बघण्यासाठी शहरातील लोक आता आजूबाजूस गर्दी करू लागले. महाराज येथे चहा पितात, तर आपणही प्यायला काय हरकत आहे, अशी समाजाची मानसिकता निर्माण होऊ लागली. आपल्या भाषणातून अस्पृश्यता हा समाजास लागलेला कलंक आहे, तो नष्ट केला पाहिजे, असे ते सांगत होतेच; पण त्याहीपेक्षा त्यांनी हा उपदेश स्वतःच्या आचरणात आणून कृतीद्वारे सर्व समाजाला जागृत करण्याचे सातत्याने प्रयत्न केले.

अस्पृश्यता निवारणाची प्रत्यक्ष कृती

याचेच पुढचे पाऊल म्हणून महाराजांनी आपल्या राज्यात कायद्याने अस्पृश्यता नष्ट केली. सरकारी कार्यालये, शाळा व दवाखान्यांसारखी सार्वजनिक ठिकाणे, सार्वजनिक विहिरी व पाणवठे इत्यादी ठिकाणी अस्पृश्यता पाळणाऱ्यांना कडक शासन करण्याची कायद्याने तरतूद केली. अस्पृश्यांसाठी असणाऱ्या स्वतंत्र शाळा बंद केल्या. माणुसकीला काळिमा फासणारी हजेरीची आणि वेठबिगार पद्धती बंद केली. महार लोकांना शतकानुशतके गुलामगिरीत टाकणारे 'महार वतन' बरखास्त केले. अस्पृश्यांना त्यांनी माहूत, कुत्तेवान, हुलस्वार, पोलीस, ड्रायव्हर म्हणून सरकारी नोकरीत घेतले. महाराजांच्या छबिन्याच्या हत्तीवरील माहूत व मोटारगाडीचा ड्रायव्हर महार समाजातील होते. अशा प्रकारे उपदेशापेक्षा महाराजांची कृती महत्त्वाची होती. अशा कृतीने महाराज त्या लोकांची समाजातील प्रतिष्ठा वाढवित होते. तीही आपल्यासारखीच माणसे असून गुणांत किंचितही कमी नाहीत, हे त्यांना तथाकथित उच्चवर्णीयांना दाखवून द्यायचे होते.

या संदर्भात महाराजांचे सहकारी नाम. भास्करराव जाधव यांनी सांगितलेली आठवण फार बोलकी आहे. ते लिहितात, ''महाराजांनी फारसा गाजावाजा न करता या दडपल्या गेलेल्या वर्गाकरिता काय केले

होते व त्यांचा स्वाभिमान किती वाढविला होता, इतरांच्या दृष्टीने त्यांची योग्यता केवढी आहे व हे लोक आपणापेक्षा बुद्धीने, कर्तबगारीने व हुशारीने केव्हाही कमी नव्हते. त्यांची हीन स्थिती ही केवळ त्यांच्यावर लादलेल्या अस्पृश्यतेमुळे आलेली आहे, हे एका संस्थेचा एक मोठा समारंभ केला त्या वेळी प्रत्ययास आले.''

''सदर समारंभाचे अध्यक्षस्थान पोलिटिकल एजंटांनी स्वीकारले होते. त्यास घेऊन महाराज चार घोड्यांच्या गाडीतून आले. त्या गाडीचे दोन्ही पोस्टिलियन महार होते. त्यांचा तंग पोशाख, घोड्यावर बसण्याची ऐट आणि घोडे चालविण्याची हुशारी वाखाणण्यासारखी होती. स्वागतासाठी महार माहूत आपल्या हत्तीकडून सोंडीने सलामी देववीत होते. मांग कुत्तेवान आपल्या कुत्र्यांस खुतनीचा झुला घालून त्यास धरून ऐटीत उभे होते. कुत्री सतेज, पाणीदार व शिकारीत पटाईत अशी दिसत होतीच. हेही त्या कामी निष्णात आहेत, असे सर्वांच्या प्रत्ययास येत होते. त्यातील काही छोकरे शिकारी बहिरी व बाज हातावर धरून उभे होते. हुलस्वार आपल्या तलवारी काढून सलामी देत होते. एकंदरीत सर्व देखावा सर्वांना अपूर्व व अनपेक्षित असा असला, तरी या अस्पृश्यांची योग्यता इतरांपेक्षा कमी नाही, अशी खात्री पटविणारा होता. या समारंभाने अस्पृश्यांचा स्वाभिमान वाढला व आपल्या योग्यतेची जाणीव त्यांच्या ठायी उत्पन्न झाली.''

सक्तीचे मोफत प्राथमिक शिक्षण

अस्पृश्योद्धाराचे कार्य नुसते जातिभेद नष्ट करून होणार नाही, तर शतकानुशतके अज्ञानाच्या गर्तेत पडलेल्या वा अज्ञानी व दीनदुबळ्या जनतेला शिक्षण दिले पाहिजे; कारण शिक्षण ही सर्व सुधारणांची गुरुकिल्ली आहे, हे महाराजांच्या ध्यानी आले होते. महात्मा जोतिबा फुले यांनी शूद्रातिशूद्रांसाठी शाळा काढण्याचे क्रांतिकारी कार्य केले होते. त्यांची प्रेरणा घेऊन शाहू महाराजांनी जोतिबा फुले यांचे अधुरे स्वप्न पुरे करण्याचे ठरविले.

आपल्या राज्यातील प्रजाजनांना किमान प्राथमिक शिक्षण तरी मिळाले पाहिजे, या एकाच ध्यासातून त्यांनी आपल्या राज्यात मोफत व सक्तीच्या प्राथमिक शिक्षणाचा कायदा केला; पण केवळ प्राथमिक

शिक्षण सक्तीचे करून ते थांबले नाहीत, तर खेड्यापाड्यांतील देवळांत, धर्मशाळांत, देवस्थानच्या रिकाम्या जागेत त्यांनी शाळा सुरू केल्या. एवढेच नाही, तर प्रत्येक गावातील शाळेत जाण्यायोग्य वय झालेल्या मुलांची यादी करून त्या मुलांना शाळेत रुजू करून घेण्याची जबाबदारी हेडमास्तर व गाव कामगार पाटील यांच्यावर टाकली. ८ सप्टेंबर, १९१७ रोजी महाराजांनी आपल्या करवीर राज्यात सक्तीच्या मोफत शिक्षणाचा हा कायदा जारी केला. स्वातंत्र्योत्तर कालखंडात आजही आपल्या सरकारला अशा प्रकारचा कायदा करण्यात यश आलेले नाही.

कोल्हापूर : वसतिगृहांची माता

महाराजांच्या शिक्षण प्रसाराच्या खटपटीमुळे बहुजन समाजातील मुले खेड्यापाड्यात प्राथमिक शिक्षण घेऊ लागली; परंतु हायस्कूल किंवा कॉलेजचे पुढील शिक्षण घेणे खेड्यातील बहुजन समजातील मुलांना अशक्य होते; कारण कोल्हापूरमध्ये आपल्या मुलाला शिक्षणाला ठेवणे, त्याच्या जेवण्या-खाण्याची, राहण्याची सोय करणे खेड्यातील पालकाला परवडणारे नव्हते. शिवाय ब्राह्मण खानावळीत पी.सी.पाटील यांच्यासारख्या उच्चवर्णीय मराठी विद्यार्थ्यालासुद्धा स्वत:चे ताट स्वत:च उचलावे लागे, तर मागास जातीच्या विद्यार्थ्यांस खानावळीच्या दारातसुद्धा उभे करून घेतले जात नसे, यात नवल नव्हते. महाराज राजे होते, तरीसुद्धा तत्कालीन समाजाची ही मानसिकता पटकन बदलू शकत नव्हते. म्हणून त्यांनी बहुजन समाजातील प्रत्येक जातीच्या मुलांसाठी वेगळी वसतिगृहे काढून त्यांच्या राहाण्याजेवणाची सोय केली. दरबाराकडून या वसतिगृहांना सढळ हाताने देणग्याही दिल्या.

अशा प्रकारे मराठा, जैन, लिंगायत, सारस्वत, मुस्लिम, दैवज्ञ, सुतार, नाभिक, महार, मांग, चांभार, ढोर इत्यादी सर्व जातींसाठी स्वतंत्र वसतिगृहे स्थापन केली गेली. त्या काळी जातिभेद इतका तीव्र होता की, एक जात दुसऱ्या जातीच्या पंगतीस बसून रोटीव्यवहार करीत नव्हती. अशा वेळी त्या त्या जातीस शहाणे करण्यासाठी त्यांची स्वतंत्र वसतिगृहे स्थापन करण्याशिवाय महाराजांसमोर दुसरा पर्याय नव्हता.

महाराजांनी आपल्या राज्यात निरनिराळ्या जातींची अशी २१ वसतिगृहे स्थापन केली. त्या काळात अशी वसतिगृहे असणारे कोल्हापूर

हे देशातील पहिले शहर होते. कोल्हापूर हे 'Mother of Boarding Houses' बनल्याचा सार्थ अभिमान महाराजांना होता.

दुबळ्या घोड्यांना तोबऱ्यातून चारावे लागते

आपल्या राज्यातील प्राथमिक शिक्षणावर महाराजांचा अधिक कटाक्ष होता. आपल्या प्रजाजनांना किमान लिहिता-वाचता आले पाहिजे, असे त्यांना वाटत असे. आपल्या राज्यातील बहुसंख्य लोक चौथीपर्यंत शिकले, तर आपल्या राज्याचा कारभार त्यांच्यावर सोपवायला आपण तयार आहोत, असे उद्‌गार त्यांनी काढले आहेत.

महाराजांचा उच्च शिक्षणास विरोध नव्हता; पण बहुसंख्य समाज अडाणी व अज्ञानी असता राज्याचा पैसा उच्च शिक्षण घेणाऱ्या मूठभर लोकांवर खर्च करण्याच्या ते विरोधात होते. शिक्षणाच्या क्षेत्रात महाराज पक्षपात करतात, बहुजन समाजातील विद्यार्थ्यांना झुकते माप देतात, असाही त्यांच्यावर आरोप केला जात असे.

एकदा सांगलीचे ॲड. अभ्यंकर नावाचे प्रसिद्ध कायदेपंडित महाराजांना भेटावयास आले होते. भेटीत ते म्हणाले, "महाराज, तुम्ही जात पाहून स्कॉलरशिप देता हे काही बरं नव्हे. लायकी पाहूनच स्कॉलरशिप किंवा नोकऱ्या दिल्या पाहिजेत."

यावर महाराज काहीच बोलले नाहीत. अभ्यंकरांना वाटले की, आपले म्हणणे महाराजांना पटले असावे, म्हणून ते बोलत नाहीत; परंतु महाराजांची उत्तर देण्याची रीत न्यारी होती.

महाराजांनी अभ्यंकरांना राजवाड्यापासून जवळच असणाऱ्या घोड्यांच्या थट्टीकडे नेले आणि पागेतील अधिकाऱ्यांस बोलावून आज्ञा केली की, आज घोड्यांना एकत्र चंदी द्या आणि एकाच वेळी सर्व घोड्यांना चंदी खाण्यास सोडून द्या. महाराजांच्या आज्ञेप्रमाणे नोकरांनी सर्व घोड्यांचा खुराक एकाच ठिकाणी जाजमावर आणून ठेवला व पागेतील सर्व घोडी एकाच वेळी सोडली. तेव्हा त्यातील सशक्त व चपळ जवान घोडी होती, ती पुढे सरसावली आणि त्यांनी सर्व खुराक फस्त केला. त्यातील जी अशक्त, लंगडी व दुबळी घोडी होती, ती आपोआप बाजूला ढकलली गेली. ती उपाशीच राहिली. शेजारी उभ्या असलेल्या वकीलसाहेबांस महाराज म्हणाले,

“पाहिलंत अभ्यंकर, जी घोडी हुशार व सशक्त होती, त्यांनीच हरभरे फस्त केले. ज्यांना खरोखर जरुरी होती, त्यांना उपाशीच रहावं लागलं. हे असं होतं म्हणूनच अशा दुबळ्या घोड्यांना तोबऱ्यातून चारावं लागतं. तसं चारलं नाही, तर त्यांना काहीच मिळणार नाही. मग आता तुम्हीच सांगा, मागं पडलेल्या समाजाला पुढे आणण्याकरिता जादा सवलती नकोत का द्यायला?”

महाराजांनी दिलेले उत्तर अभ्यंकरांना मनोमन पटले. ते म्हणाले, “तुमचं बरोबर आहे, महाराज.”

फासेपारध्यांनाही पोटाशी धरले

महाराजांनी आपल्या राज्यातील रयत, मागासलेले, अस्पृश्य समजले गेलेले लोक यांच्याकडेच लक्ष दिले असे नाही; तर शेकडो वर्षे ज्यांना समाजाने जवळ केले नाही, गुन्हेगार म्हणूनच उपेक्षा केली, अशा भटक्या-विमुक्त जातीजमातींनाही त्यांनी पोटाशी धरले. शतकानुशतकांचे त्यांचे दैन्य नष्ट केले. माणूस म्हणून जगण्याचा हक्क त्यांना बहाल केला.

महाराज एकदा आपल्या राज्यातील कटकोळच्या भागात शिकारीसाठी गेले होते. तेथील लोकांनी फासेपारधी लोकांबद्दल महाराजांसमोर तक्रारी केल्या की, फासेपारध्यांनी चोऱ्या करून आम्हाला हैराण केले आहे. एवढेच नव्हे, तर आता आपल्याही (महाराजांच्या) कॅम्पवर ते धाड घालणार आहेत म्हणे! लोकांच्या तक्रारी महाराजांनी ऐकून घेतल्या. त्यांनी ताबडतोब शिपाई पाठवून फासेपारध्यांना पकडून आणावयाची आज्ञा केली. त्याप्रमाणे सर्व फासेपारध्यांना पकडून आणले. महाराज आपल्याला आता काय शिक्षा करतील, म्हणून ते फासेपारधी लोक घाबरून गेले होते;

पण महाराजांचे तळागाळातील लोकांना समजून घेण्याचे तंत्र वेगळेच होते. फासेपारधी कॅम्पजवळ येताच महाराजांनी त्यांना शिक्षा न करता आपल्या मुदपाकखान्यात तयार झालेले स्वादिष्ट जेवण देण्याची आज्ञा केली. पोटभर अन मिळाल्यावर तृप्त झालेल्या फासेपारध्यांपैकी त्यांच्या म्होरक्यांना महाराजांनी आपल्यासमोर बोलावले आणि विचारले,

“काय रे, अशा चोऱ्यामाऱ्या का करता? तुरुंगात जायची हौस

आहे होय तुम्हाला?''

"तुरुंगाची हौस कुणाला असंल?''

"मग चोऱ्यामाऱ्या का करता?''

"जगण्यासाठी!''

"उद्योगधंदा का करीत नाही?''

"पक्षी धरतो, त्यावर पोट भरत नाही. दुसरा उद्योगधंदा येत नाही आणि आमचं नाव कानफाट्या पडल्याने कोणी जवळही उभं करीत नाही. मग नोकरी कोण देणार? शिवाय फासे लावणं व धनुष्य चालविणं याशिवाय आम्हाला येतंय तरी काय?''

"म्हणून काय दुसऱ्यांची घरं फोडायची?''

"जगण्यासाठी दुसरं काय करायचं? जर पोटापुरतं मिळालं, तर मग ही चोरीमारी कशाला कोण करील? हे काम चागलं नाही हे कळतंय की आम्हाला; पण पोटात भुकेचा डोंब उठला की मग डोकं फिरतं आणि जगण्यासाठी असली धडपड करतो आम्ही.''

जर भुकेच्या बाराच्या वेळेला आपल्या पोटात अन्न पडलं नाही, तर आपला जीव कसा कळवळतो, यांच्या तर पोटात दिवसेन्‌दिवस अन्न पडत नाही, असा विचार मनात येऊन महाराजांचे मन कळवळून गेले. साऱ्या फासेपारध्यांना कुटुंबकबिल्यासह महाराजांनी आपल्याबरोबर घेऊन कोल्हापुरास आणले आणि त्या सर्वांना आपल्या सोनतळीच्या कॅम्पजवळ रहावयास जागा दिली. तसेच त्यांना पोटभर शिधा देण्याचीही व्यवस्था केली. त्यातील शूर आणि काटक लोकांना आपल्या चाकरीत ठेवून घेतले. त्यांना घरेदारे बांधून दिली. काहींना रस्ते बांधण्याच्या कामावर नेमले, काहींना धरणाच्या कामावर पाठवून दिले. कष्ट करून प्रतिष्ठेने जगण्याचा मार्ग त्यांनी दाखवून दिला. त्यांच्या मुलाबाळांसाठी शाळा काढल्या. पुढे काही फासेपारध्यांना पोलिसांत नोकऱ्या दिल्या. जे शिकारीत तरबेज होते, त्यांना शिकारखात्यात नेमून घेतले.

मला हे माझे फासेपारधीच बरे वाटतात

सगळे जग फासेपारध्यांना चोर, गुन्हेगार समजत होते. एवढे सुसंस्कृत व स्वत:स मानवतावादी समजणारे इंग्रज राज्यकर्तेसुद्धा त्यांना तसेच समजून त्यांची रवानगी त्यांच्यासाठी तारेची कुंपणे असलेल्या

खास 'सेटलमेंट'मध्ये करीत असत. मेंढरांच्या कळपाला जसे एका ठिकाणी कोंडून ठेवतात, त्याप्रमाणे त्यांच्यात सुधारणा घडवून आणण्यासाठी या सेटलमेंटमध्ये त्यांना बंदिस्त करून ठेवले जात असे. हा एक प्रकारचा तुरुंगवासच असायचा.

महाराजांचा इंग्रजांच्या या धोरणावर विश्वास नव्हता. त्यांचा माणसातील 'माणूसपणा' वर अधिक विश्वास होता. फासेपारधी हे जन्मजात गुन्हेगार नसून, त्यांचे पोट त्यांना गुन्हे करण्यास भाग पाडते हे कटू सत्य जेव्हा महाराजांच्या नजरेस पडले, त्या वेळी गुन्हेगारीस प्रवृत्त करणारे कारणच त्यांनी नाहीसे करण्याचा प्रयत्न केला. त्यासाठी समाजाच्या बाहेर उपेक्षित असलेल्या या फासेपारध्यांना त्यांनी समाजाच्या मुख्य प्रवाहात आणले. त्यांच्या ठिकाणी असणाऱ्या गुणांना हेरून त्यांच्या लायकीप्रमाणे त्यांना नोकऱ्या व कामधंदे दिले. फासेपारधी ही अत्यंत शूर, काटक, धाडसी व विश्वासू जात समजली जाई. महाराजांनी त्यांच्यापैकी निवडक शूर फासेपारध्यांना आपल्या निवासस्थानावरच्या आतल्या पहाऱ्यावर नेमल, इतका त्यांच्यावर महाराजांचा विश्वास होता.

एकदा महाराजांनी त्यांच्या निष्ठेची परीक्षा पहावयाचे ठरविले. आपले बंधू बापूसाहेब महाराज यांना तातडीने त्यांनी सोनतळी कॅम्पवर भेटावयास बोलाविले आणि पहाऱ्यावरील फासेपारध्याला सांगितल, ''मी विश्रांती घेतो आहे; कोणासही आत सोडायचे नाही.'' लवकरच बापूसाहेब महाराज आले. तेव्हा त्या फासेपारध्याने त्यांना अडविले.

''तुम्हाला आत जाता येणार नाही. महाराजांचा हुकूम आहे.''

हे त्याचे उद्धट उत्तर ऐकताच बापूसाहेब महाराज संतापून गेले. त्यांनी त्याला समजाविण्याचा प्रयत्न केला, ''बाबा रे, मी राजाचा भाऊ आहे. मला कसा अडवितोस?'' तेव्हा पहारेकरी फासेपारधी म्हणाला, ''महाराजांचा हुकूम मी मोडणार नाही. तुम्हाला आत सोडणार नाही. तुम्हाला जर आत जायचंच असलं, तर ही घ्या बंदूक, घाला मला गोळी आणि मग खुशाल जावा. महाराजांचे भाऊ आहात म्हणून सांगतो.''

आतून महाराज हे सर्व ऐकत होते. शेवटी ते बाहेर आले व म्हणाले, ''अरे बापूसाब, मीच त्याला 'कोणाला आत सोडू नकोस' असे सांगितले होते.''

केवळ तो पहारेकरीच नव्हे, तर त्याची समस्त फासेपारधी जमात

महाराजांच्या परीक्षेत उत्तीर्ण झाली होती. असे होते महाराज!

कोल्हापुरातील त्या काळचे प्रसिद्ध समाजसेवक वासुदेवराव तोफखाने यांच्याजवळ महाराज एकदा म्हणाले होते, "तोफखाने, तुमच्या त्या शहाण्या माणसांपेक्षा मला हे माझे फासेपारधी बरे वाटतात. फसवेगिरी त्यांना बिलकूल माहीत नाही. सबंध दिवसभर त्यांच्यात बसून राहिले, तरी कंटाळा येत नाहीच, पण भूक लागलेली देखील समजून येत नाही. बोलण्यात ती माणसे जरी थोडी अडाणी वाटली, तरी आपल्या कामात ती अत्यंत तरबेज आणि चाणाक्षही असतात."

साधुत्वाच्या पातळीवर पोहोचलेला राजा

शाहू महाराज आपल्या घोडागाडीतून करवीर नगरीत फेरफटका मारीत असत. ही घोडागाडी मोठी दणकट असे. त्यास 'खडखडा' असे म्हणत असत. त्यात महाराज आपला परिवार घेत असत. त्या परिवारात सरदार, ब्राह्मण, अधिकारी, यांच्याबरोबर अस्पृश्य समाजातील कार्यकर्तेही असत. एवढेच नव्हे, तर फासेपारधीही असत. खडखड्यात महाराजांशेजारी प्रसिद्ध शाहीर लहरी हैदरसाहेब बसलेले असत. हैदरसाहेबांच्या जवळच खडखड्यात एक फासेपारधी बसला होता. त्या फासेपारध्याच्या अस्वच्छतेची आणि ओंगळपणाची किळस येऊन ते महाराजांना म्हणाले,

"महाराज, तुम्ही जवळ केले तरी काय उपयोग? अद्याप त्यांच्या अंगाची घाण जाईना. कपड्यातल्या उवा कमी होईनात. महाराज, कशाला घेता असल्यांना जवळ?"

त्यावर महाराज म्हणाले, "अरे, असू दे रे, आपल्या देहात सगळी घाणच आहे आणि किड्यांचा सारा देह बनला आहे!"

असा हा साधुत्वाच्या पातळीवर जाऊन पोहोचलेला राजा होता.

फासेपारधी लोकांप्रमाणे महाराजांनी डोंबारी व माकडवाले या भटक्या जमातींच्या लोकांनाही जवळ केले. त्यांना रहावयास घरेदारे बांधून दिली. त्यांचे जथ्थे तयार करून त्यांना सरकारी कामावर घेतले. पिढ्यान्‌पिढ्या भिक्षा मागून भटकंती करायची सवय हाडीमासी भिनलेल्या या लोकांना काम करून स्थिर जीवन जगण्याचे कौतुक वाटत नव्हते. अनेकदा ते कामचुकारपणा करीत. तरीही महाराज त्यांना सांभाळून घेत. या डोंबाऱ्यासंबंधी आपल्या अधिकाऱ्यांना त्यांनी आज्ञा केली होती –

"या डोंबाऱ्यांनी जरी चुकारपणा केला, तरी त्यांच्याशी गोडीगुलाबीने वागावे. एवढेच नव्हे, तर त्यांनी केलेल्या कामाबद्दल त्यांना भरपूर मोबदला द्यावा.''

सन १९१८ साली महाराजांचे ज्येष्ठ पुत्र राजाराम महाराजांचा विवाहसोहळा बडोद्यास पार पडला. महाराजांनी स्पेशल रेल्वे करून कोल्हापूरची वऱ्हाडी मंडळी बडोद्यास नेली होती. वऱ्हाडी मंडळींत जसे सरदार, मानकरी मंडळी होती, तसे बेरड, धनगर, महार, चांभार, फासेपारधी, माकडवाले या समाजातील लोकही होते. सरदार-मानकऱ्यांबरोबरीने दलित-पतितांनाही आपल्या राजपुत्राच्या लग्नाचे वऱ्हाडकरी बनविणारा हा हिंदुस्थानातील पहिला राजा होता. फासेपारधी, माकडवाले या भटक्या समाजाकडे बघण्याच्या सुसंस्कृत जगाच्या दृष्टिकोनात आजही फारसा फरक पडलेला नाही. या पार्श्वभूमीवर पाऊणशे वर्षांपूर्वी कोल्हापूरच्या या राजाने आपल्या आभाळाएवढ्या दिलाने या उपेक्षित लोकांना पोटाशी धरले होते, हे आजच्या पिढीतील किती लोकांना माहीत आहे?

'राजर्षी' शाहू

खरे तर शाहू महाराजांच्या समाजसुधारणा हा खास एका स्वतंत्र ग्रंथाचा विषय आहे. येथे या छोट्याशा लेखात त्या सर्वांचा परामर्श घेणे अशक्यच आहे. तसेच केवळ समाज-सुधारणाच नव्हे, तर मानवी जीवनाच्या धर्म, कृषी, उद्योग, व्यापार, साहित्य, नाट्य, संगीत, मल्लविद्या अशा अनेक क्षेत्रांत या राजाने भरीव कामगिरी करून आधुनिक महाराष्ट्राच्या जडणघडणीत अग्रेसरत्व प्राप्त केले आहे. राजसिंहासनावर बसूनही जो प्रजेच्या सर्वांगीण कल्याणाची अहर्निश काळजी वाहतो, तो खरा राजर्षी. १९१९ साली उत्तर प्रदेशातील कानपूर नगरीत कुर्मी क्षत्रियांच्या परिषदेत 'राजर्षी' ही पदवी त्यांना मोठ्या सन्मानाने बहाल केली गेली. हिंदुस्थानच्या सांस्कृतिक इतिहासात विश्वामित्र व जनक या दोघांना 'राजर्षी' म्हटले गेले आहे. त्यानंतर 'राजर्षी' झाले आमच्या कोल्हापूरचे शाहू महाराज.

('दर्शन' दिवाळी अंक, सन २०००मध्ये प्रकाशित)

◆

शाहू छत्रपतींचा प्लेगच्या साथीशी सामना

जगात प्लेग या रोगाचा प्रादुर्भाव फार प्राचीन काळापासून होत आला आहे. भारतात सुश्रुत या आयुर्वेदाचार्याने या रोगांची कारणे व लक्षणे दिली आहेत. इ.स. १००च्या सुमारास इजिप्त, लिबिया व सिरिया या देशांत प्लेगची साथ येऊन गेल्याची नोंद आहे. त्यानंतर पहिली जगद्व्यापी साथ इ.स. ५४२च्या सुमारास रोमन सम्राट जस्टिबियनच्या राजवटीत उद्भवली. अशाच प्रकारची भयंकर साथ इ.स. १३४७-५० या काळात आली होती. या साथीत होणाऱ्या मनुष्य संहारामुळे तिला 'काळा मृत्यू' असे म्हटले जाऊ लागले.

१९ व्या शतकात भारतात अधूनमधून प्लेगची साथ ठिकठिकाणी उद्भवत होती; पण या शतकात शेवटी सन १८९४ साली चीनमधून भारतात पसरलेल्या प्लेगच्या साथीने मोठा हाहाकार उडविला.

करवीर राज्यावर दुहेरी संकट

शाहू महाराजांचा राज्यारोहण समारंभ सन १८९४ साली झाला. तत्पूर्वी करवीर राज्याला अनेक वर्षे राजकीय स्थैर्य लाभलेले नव्हते. ते आता लाभेल, असे वाटत असतानाच राज्याला व राज्याच्या गादीवर नुकत्याच आलेल्या २०-२२ वर्षांच्या तरुण राजाला दुष्काळ आणि प्लेग अशा दुहेरी संकटास तोंड द्यावे लागले.

आज वैज्ञानिक प्रगतीमुळे असाध्य रोगांवरही मात करणारी औषधयोजना प्राप्त झाली आहे; परंतु त्या वेळी प्लेगच्या साथीवर फारसा औषधी इलाज नव्हता. त्यामुळे लाखो माणसे प्लेगच्या साथीत दगावत असत. अशा वेळी हा रोग पसरू नये, अशी उपाययोजना करणेच महत्त्वाचे होते. अशा कठीण परिस्थितीत शाहू महाराजांनी दुष्काळ व प्लेग या दोन्ही संकटांवर मात केल्याचे दिसून येते.

दुष्काळाशी मुकाबला करण्यासाठी महाराजांनी अनेक योजना कार्यान्वित केल्या. लोकांना रोजगार मिळावा आणि पिण्याच्या पाण्याचे दुर्भिक्ष नष्ट व्हावे म्हणून विहिरी खोदल्या. तलाव, रस्ते, पूल, कालवे यांची कामे सुरू केली. अनाथ, अपंग, वृद्ध व निराधार लोकांसाठी अन्नछत्रे व अनाथालये काढली. जनावरांसाठी छावण्या उभारल्या. अशा प्रकारे दुष्काळावर मात करण्याचे शर्थीचे प्रयत्न चालू असतानाच प्लेगच्या साथीचे संकट करवीर राज्याच्या उंबरठ्यावर आले.

प्लेग प्रतिबंधक जाहीरनामे

सन १८९६ साली मुंबई नगरीत प्लेगने प्रवेश केला. त्या सालच्या अखेरीपर्यंत त्याचा प्रसार सर्व मुंबई इलाख्यात झाला. भिवंडी, पुणे या भागातही प्लेग पसरला. या प्लेगच्या साथीत हजारो माणसे मृत्युमुखी पडू लागली. मुंबईत प्लेगने धुमाकूळ घातल्याच्या बातम्या शाहू महाराजांच्या कानावर पडत होत्या. आज ना उद्या आपल्या राज्यावरही प्लेगची धाड पडणार हे त्यांनी ओळखले होते. म्हणूनच प्लेगच्या साथीने आपल्या राज्यात शिरकाव करू नये, यासाठी त्यांनी अगोदरच प्रतिबंधक उपाय योजना आखल्या. राज्यात प्लेगसंबंधी जाहीरनामे काढून प्रतिबंधक उपाय अमलात आणण्यास सुरुवात केली. या संदर्भातील पहिला जाहीरनामा महाराजांनी २७ फेब्रुवारी १८९७ च्या करवीर सरकारच्या गॅझेटमध्ये प्रसिद्ध केला. त्यामध्ये म्हटले होते,

"प्रस्तुत ग्रंथिक सन्निपाताचा आजार मुंबई, पुणे वगैरे ठिकाणी चालू आहे. त्या आजाराचा प्रवेश करवीर इलाख्यात न होण्याकरिता सावधगिरीचे उपाय योजणे जरूर आहे. याकरिता खालील नियम दिले आहेत - मुंबईपासून मिरजेपर्यंत असलेल्या कोणत्याही रेल्वे स्टेशनावरून निघून कोल्हापूर स्टेट रेल्वेवरील कोणत्याही स्टेशनावर उतरणाऱ्या दुसऱ्या

आणि तिसऱ्या क्लासांतील उतारू लोकांवर सोमवार तारीख २२ फेबुवारी १८९७ पासून शिरोळ रोड येथे करवीर सरकारांतून तीन दिवसपर्यंत क्वारंटाईन बसविले जाईल.''

या जाहीरनाम्यान्वये कोल्हापूर शहरात रेल्वेने प्रवेश करणाऱ्यांवर शिरोळ स्टेशन येथे तीन दिवस क्वारंटाईन बसविले गेले. स्टेशनवर उतरलेल्या प्रवाशांची वैद्यकीय तपासणी करण्यासाठी खास डॉक्टर्स नेमले गेले. जे प्लेगचे पेशंट असतील, त्यांना खास बांधलेल्या छपरात निवास व औषधोपचारासाठी पाठविले जाई. प्रत्येक प्रवाशास मात्र तीन दिवस क्वारंटाईन कॅम्पमध्ये रहावेच लागे. कॅम्पमधील भोजन, निवास, स्वच्छता यासाठी खास अधिकाऱ्यांच्या नेमणुका केल्या गेल्या होत्या. यानंतर क्वारंटाईनमध्ये कशा प्रकारे उपचार केले जातील, याचे सविस्तर वर्णन या जाहीरनाम्यात केलेले आहे.[१]

मुंबई-पुण्याहून प्लेग करवीर राज्याच्या शेजारच्या सातारा जिल्ह्यात आला. आपल्या प्रजाजनांना अधिक जागरूक करण्यासाठी महाराजांनी ऑक्टोबर १८९७ मध्ये दुसरा जाहीरनामा प्रसिद्ध केला. त्यामध्ये म्हटले होते,

१) ''करवीर शहरातील तमाम लोकांनी आपआपल्या घरांच्या सर्व भिंतींस आतून व बाहेरून व घरातील जमिनीवर हे नियम सरकारी गॅझिटांत प्रसिद्ध झाल्याच्या तारखेपासून आठ दिवसांचे आत चुन्याची सफेती दिली पाहिजे.

२) सदरहूप्रमाणे सफेती देण्यास जे लोक चुकतील, त्यांचे घरास म्युनिसिपल कमिटीकडून सफेती दिली जाईल व त्यासंबंधी झालेला खर्च घरवाल्याकडून वसूल केला जाईल.

३) या नियमाप्रमाणे मुदतीत सफेती दिली आहे किंवा नाही हे पाहण्याकरिता आणि ज्या घरात सफेती घरवाल्यांनी दिली नसेल त्या घरास सफेती देण्याकरिता कमिटीकडून त्या कामाकरिता नेमलेले अंमलदार व मजूर लोकांस घरात शिरण्याचा अधिकार देण्यात आला आहे. त्यास कोणी प्रतिबंध करील, तर कायद्याप्रमाणे त्याजवर खटला करण्यात येईल.

४) कमिटीकडून सदरहू कामाकरिता घरात शिरलेले लोकांनी स्त्रियांचे मर्यादेस व ज्यांचे-त्यांचे धर्मास बाधा न येईल असे वर्तन ठेवले पाहिजे.

म्हणून त्यास ताकीद देण्यात येत आहे.''२

यानंतर डिसेंबर महिन्यात आणखी एक विस्तृत जाहीरनामा प्रसिद्ध झाला. त्यामध्ये आरोग्याचे व स्वच्छतेचे अनेक नियम जारी केले गेले. त्यामध्ये शाहू महाराजांनी काढलेल्या पुढील हुकमाचा निर्देश केला आहे, ''प्लेगचे साथीचा प्रसार बंद करण्यासाठी कोल्हापूर म्युनिसिपालिटीपैकी हेल्थ डिपार्टमेंट (शहर सफाई खाते) म्युनिसिपालिटीचे अधिकारातून काढण्यात येऊन त्यावर एक स्वतंत्र स्पेशल हेल्थ ऑफिसर यांची नेमणूक करण्यात येऊन ते खाते खानबहादूर दिवाण सरकार करवीर यांचे प्रत्यक्ष देखरेखीखाली देण्याची तजवीज यापूर्वीच हुजूर हुकमाने झाली आहे.''३

प्लेग प्रतिबंधात्मक उपाययोजना

त्या काळी लोकांमध्ये प्लेगसारख्या साथीच्या रोगांसंबंधी अज्ञान व अंधश्रद्धा होत्या. देवदेवतांच्या प्रकोपामुळे साथीचे रोग येतात, अशा त्यांच्या भ्रामक समजुती होत्या. देवदेवतांना बळी दिल्यानंतर रोगनिवारण होते, अशी तत्कालीन समाजाची श्रद्धा होती. अशा अज्ञानी समाजाच्या या समजुती दूर करण्यासाठी महाराजांनी पहिल्यांदा प्लेग या रोगाविषयी आपल्या प्रजेस जागृत करण्याची मोहीम हाती घेतली. प्लेगच्या साथीविषयी शास्त्रशुद्ध माहिती देणारी हजारो पत्रके त्यांनी राज्यभर वाटली. गावोगाव सार्वजनिक ठिकाणी त्यांचे वाचन केले गेले. ही कामगिरी गावचे पाटील, कुलकर्णी या ग्रामाधिकाऱ्यांवर सोपविली गेली होती.

सन १८९७-९८ या काळात करवीर सरकारचे प्लेगप्रतिबंधक असे अनेक हुकूमनामे गॅझेटमध्ये प्रसिद्ध झालेले आहेत. त्यामध्ये क्वारंटाईन कॅम्पमध्ये किती दिवस रहावे, घरातील धान्यधुन्य, कपडेलत्ते, फर्निचर, भिंती, जमिनी इत्यादी बाबी निर्जंतुक कशा कराव्यात, रोग्याची काळजी कशी घ्यावी, त्याची शुश्रूषा कशी करावी, मेलेला उंदीर कसा नष्ट करावा, प्रेते कशी जाळावीत अथवा पुरावीत यासंबंधी विस्तारपूर्वक नियम दिले आहेत.४

याबरोबरच साथीचा प्रसार रोखण्यासाठी सन १८९९च्या सुरुवातीस करवीर राज्यातील अनेक गावांच्या यात्रा खास सरकारी हुकमाने बंद केल्या गेल्या.५

खुद्द करवीर नगरात प्रवेश होऊ नये म्हणून शहराचे अनेक ब्लॉक्स पाडले गेले व त्यावर राज्यातील सरन्यायाधीश, खासगी कारभारी, डि. मॅजिस्ट्रेट यांसारख्या बड्या अधिकाऱ्यांपासून राजाराम कॉलेजमधील प्राध्यापकांपर्यंत अनेकांना खास सुपरिंटेंडेंट म्हणून नेमले गेले. त्यामध्ये भास्करराव जाधव, प्रोफेसर विष्णू गोविंद विजापूरकर, प्रोफेसर बाळाजी प्रभाकर मोडक यांची नावे आढळतात.[६]

एवढी प्लेगप्रतिबंधक उपाययोजना करूनही शेवटी सप्टेंबर १८९९ मध्ये प्लेगच्या साथीने करवीर राज्यात शिरकाव केलाच. विशेषत: राज्यातील शिरोळ व गडहिंग्लज या पेठ्यांत तिचा मोठा प्रादुर्भाव झाला होता. तथापि, शाहू महाराजांनी युद्धपातळीवर प्लेगच्या साथीशी सामना केल्यामुळे महाराष्ट्रात पुणे, कऱ्हाड, सांगली या भागात जसा हाहाकार उडाला, तसे करवीर राज्यात घडू शकले नाही. महाराजांच्या प्लेग-प्रतिबंधात्मक उपाययोजनांचे इंग्लिश वर्तमानपत्रांनीही मोठे कौतुक केले.

महाराजांचे गुरू फ्रेजर हे त्या वेळी बंगलोरला होते. त्यांनी करवीर राज्यातील प्लेगनिवारण कार्याच्या बातम्या वर्तमानपत्रांत वाचून शाहू महाराजांना शाबासकी देताना म्हटले, 'I am gratifited to read in the papers how highly your subjects appreciated your personal exertions in the matter of plague and famine. Stick to it, Maharajah, this is the time to show what a man is made of''[७]

प्लेगशी सामना करीत असताना महाराजांनी केलेल्या उपाययोजनांपैकी काही महत्त्वाच्या योजना अशा होत्या –

१) ज्या गावात प्लेगची साथ सुरू झाली असेल, त्या गावातील लोकांचे गावाबाहेर, पाण्याच्या ठिकाणी स्थलांतर केले गेले. गरीब लोकांना मोफत झोपड्या बांधून दिल्या. स्थलांतरित झालेल्या गावांतील घरांचे निर्जंतुकीकरण करण्याची मोठी मोहीम हाती घेतली. ही जबाबदारी पाटील, कुलकर्णी या गावाच्या अधिकाऱ्यांवर सोपविली गेली. गावाबाहेर पडलेल्या लोकांच्या घरातील मालमत्तेचे संरक्षण व्हावे म्हणून खास रखवालदार नेमले गेले.

२) खुद्द कोल्हापूर शहर जानेवारी, १९००मध्ये खाली करण्यात आले. शहरातील लोकांना गावाबाहेर झोपड्या बांधून दिल्या गेल्या. गरीब लोकांच्या उदरनिर्वाहासाठी कळंबा तलावाचे काम सुरू केले गेले.

प्लेगची लागण झाल्याची माहिती सरकारला कळावी म्हणून अशी माहिती देणाऱ्या व्यक्तीस सरकारकडून पाच ते पंधरा रुपयांपर्यंत बक्षीस जाहीर करण्यात आले. त्यामुळे प्लेगच्या प्रसाराबद्दल तातडीने माहिती मिळणे शक्य होऊ लागले.

३) गडहिंग्लज आणि शिरोळ पेठ्यांत १८ गावांत प्लेगने उच्छाद मांडला होता. या पेठ्यांत अनेक ठिकाणी गावाबाहेर सुसज्ज दवाखाने सुरू केले गेले. प्लेगग्रस्त व्यक्तीस दवाखान्यात हजर करण्याची कामगिरी पाटील, कुलकर्णी या वतनदारांवर सोपविली. महाराजांच्या हुकमाची अंमलबजावणी करण्यात चुकारपणा करणाऱ्या वतनदारांना त्यांची वतने काढून घेतली जातील, असा इशाराही दिला. त्याप्रमाणे त्यांनी काहींची वतने काढूनही घेतली. त्यामुळे वतनदार अधिकारी हादरले व आपले काम चोखपणे बजावून ते महाराजांच्या प्लेगनिवारण कार्यात झटू लागले.

४) ज्या भागात प्लेगची लागण झालेली होती, त्या भागातून रेल्वेने येणाऱ्या प्रवाशांवरील क्वारंटाईन नियम अधिक कडक केले गेले. अन्य ठिकाणी प्रत्येक प्रवाशाची वैद्यकीय तपासणी करूनच त्यास कोल्हापूरमध्ये प्रवेश देण्यास आरंभ केला. लोकांमध्ये प्लेगची लस टोचून घेण्याविषयी अज्ञान होते. भीतीही होती. ती दूर व्हावी व प्लेगशी यशस्वीपणे सामना करता यावा, म्हणून प्लेगची लस टोचून घेणाऱ्या व्यक्तीस बक्षिशीही दिली जात असे. लस टोचून घेणाऱ्या सरकारी नोकरास तीन दिवसांची सुटीही दिली जात असे.

५) प्लेगच्या साथीमध्ये जनतेच्या हालअपेष्टा होऊ नयेत म्हणून महाराजांनी अनेक ठिकाणी स्वस्त धान्याची दुकाने उघडली. व्यापाऱ्यांशी विचारविनिमय करून धान्याचे भाव कडाडू दिले नाहीत. 'ना नफा, ना तोटा' या तत्त्वावर धान्य व्यापाऱ्यांना धान्य विकण्याचा आदेश दिला. अनेक ठिकाणी सरकारने सार्वजनिक कामे सुरू करून गरिबांना उपजीविकेचे साधन उपलब्ध करून दिले. त्यामुळे या काळात सर्वत्र दुष्काळ असूनही करवीर राज्यात एकही भूकबळी गेला नाही.

लवकरच महाराजांनी भास्करराव जाधव यांच्यासारख्या कर्तबगार अधिकाऱ्याची 'प्लेग उपायुक्त' म्हणून नेमणूक केली. भास्करराव राज्यातील प्लेगविषयी सत्य माहिती महाराजांना सातत्याने सादर करीत राहिले.

त्यामुळे महाराजांना प्लेग निवारणार्थ अनेक योजना तातडीने पार पाडता आल्या.

या काळात महाराजांनी आपला निवास राजवाड्यात न ठेवता पन्हाळगडावर ठेवला होता. तेथे राज्यातून अनेक अधिकारी त्यांना येऊन भेटत व प्लेगची स्थिती निवेदन करीत. त्यासाठी कोल्हापूर-पन्हाळा अशी खास टेलिफोन लाईन टाकली गेल्याने त्याचाही उपयोग होत होता. खुद्द महाराज प्लेगग्रस्त भागात घोड्यावरून अविश्रांत फिरत असत. राज्यात हिंडून आपल्या प्लेगनिवारण योजना कशा राबविल्या जातात याची ते जातीने पाहणी करीत.

प्लेगची साथ १९०० सालानंतर कमी कमी होत गेली. सन १८९६ सालापासून १९०० सालापर्यंत ती हिंदुस्थानात धुमाकूळ घालीत होती. या साथीशी मुकाबला करण्याचा प्रयत्न खालसा मुलखात इंग्रज राज्यकर्ते करीत होते. पुण्यासारख्या ठिकाणी इंग्रजांच्या प्लेग निवारणाच्या कार्याला लोकांचा पाठिंबा मिळत नव्हता. इंग्रज अधिकारी रँडसाहेब याने केलेल्या आततायी कृत्यांमुळे पुण्यातील लोक प्रक्षुब्ध झाले होते. परिणामी, रँडसाहेबाचा खून झाला. ही या संदर्भातील बोलकी घटना आहे. करवीर राज्यात मात्र महाराजांच्या प्रामाणिक व तळमळीच्या कार्यामुळे प्रभावित होऊन प्रजेने त्यांना सर्व प्रकारचे सहकार्य केल्याचे दिसून येते, एवढा जनतेचा विश्वास या राजाने संपादन केलेला होता.

इंग्रज राज्यकर्त्यांकडून गौरव

ज्या काळात पुणे, सातारा या भागात प्लेगने शेकडो माणसे मरत होती, त्या वेळी करवीर राज्य महाराजांनी अत्यंत दक्ष उपाययोजनांमुळे प्लेगच्या प्रादुर्भावापासून दूर ठेवले होते. त्यामुळे या साथीला सुमारे पहिली अडीच-तीन वर्षे करवीर राज्यात शिरकाव करता आला नाही. तरीही जेव्हा शेवटी राज्यात प्लेगने शिरकाव केलाच, तेव्हा त्यावर त्यांनी कडक उपाययोजना अमलात आणल्या. त्यामुळे पसरणारी साथ आटोक्यात आली. त्यांच्या या कामगिरीचा इंग्रज राज्यकर्त्यांनी खास गौरव केला आहे. त्यामध्ये फ्रेजरसारखे गुरू होते, तर जॅक्सनसारखे काही राजनैतिक अधिकारीही होते. जॅक्सनसाहेब तर नव्यानेच राजनैतिक अधिकारी म्हणून आले होते. आपल्या प्रजाजनांस प्लेगच्या साथीतून

वाचविण्यासाठी अहोरात्र झटणाऱ्या महाराजांच्या कामगिरीबद्दल त्यांचे अभिनंदन करताना ते म्हणतात, "आपण जातीने प्लेगच्या काळात त्रस्त झालेल्या जनतेला केलेल्या शासकीय मदतीबद्दल आपले अभिनंदन करणे यथोचित होईल."[८] - (एप्रिल १९००)

राज्याधिकार प्राप्त होताच राज्यावर कोसळलेल्या दुष्काळ व प्लेग यासारख्या संकटांशी सामना करताना शाहू महाराजांनी प्रजेच्या सुख-दु:खाविषयी दाखविलेली तळमळ, ही संकटे दूर करण्यासाठी केलेली प्रयत्नांची पराकाष्ठा पाहिल्यावर या राजाने पुढे आपले सर्व जीवन व सर्व संपत्ती लोकांच्या कल्याणासाठी का उपयोगात आणली, याचे रहस्य उलगडू लागते. आज बऱ्याच कालावधीनंतर देशात प्लेगच्या साथीचा धोका निर्माण झाला असता, शाहू महाराजांनी त्या काळातील साधने अपुरी असतानासुद्धा त्या वेळी केलेल्या उपाययोजना आजच्या राज्यकर्त्यांना या घडीसही मार्गदर्शक ठरणाऱ्या आहेत असे म्हटले, तर वावगे होणार नाही.

संदर्भ :

१. Rajarshi Shahu Chhatrapati Papers, Vol. II, Ed. Dr. Vilas Sangave & Dr. B.D. Khane, pp.248-249,
२. कित्ता, पृ. २५९,
३. कित्ता, पृ. २६८
४. कित्ता, पृ. २९७-३००
५. कित्ता, पृ. ३१०-३११
६. कित्ता, पृ. ३१८-३२२
७. कित्ता, पृ. ३५४
८. राजर्षी शाहू छत्रपती - धनंजय कीर, पृ. ७८-७९
९. राजर्षी शाहू गौरव ग्रंथ - ॲड. पी.बी. सांळुके
१०. राजर्षी शाहू-राजा व माणूस – कृ. गो. सूर्यवंशी

विशेष टीप :- प्रदीर्घ कालावधीनंतर भारतात सन १९९४साली सुरत शहरात प्लेगने प्रवेश करून सर्व देशात घबराट निर्माण केली होती. त्या पार्श्वभूमीवर अखिल महाराष्ट्र इतिहास परिषदेच्या कोल्हापूर अधिवेशनात वाचलेला हा शोधनिबंध.

◆

राजर्षी शाहू आणि दुष्काळ

हिंदुस्थानातील दुष्काळाची पार्श्वभूमी

हिंदुस्थान हा पूर्वीपासून कृषिप्रधान देश असल्याने आणि येथील शेती पूर्णतया मान्सूनच्या पावसावर अवलंबून असल्यामुळे गेल्या दोन-तीन शतकांत अनेकदा हिंदी लोकांना भयंकर प्रकारच्या दुष्काळांना तोंड द्यावे लागले आहे. १९व्या शतकाचा विचार केला, तर १८६६-६७ साली बंगालपासून मद्रास प्रांतापर्यंतच्या पूर्व किनारी प्रदेशात मोठा दुष्काळ पडलेला दिसतो. त्यानंतरचा १८७६चा दुष्काळ तर फारच भयंकर होता. मद्रास, म्हैसूर, हैदराबाद, मुंबई इलाखा व संयुक्त प्रांत एवढ्या विस्तीर्ण प्रदेशात ह्या दुष्काळाने दोन वर्षे थैमान घातले होते. ब्रिटिश सरकारने अशा प्रकारच्या दुष्काळावर मात करण्यासाठी कोणत्या उपाययोजना कराव्यात, यासाठी सर रिचर्ड स्ट्रॅची यांचे कमिशन नियुक्त केले. या कमिशनने १८८० साली सरकारला जो अहवाल सादर केला, त्यावर आधारित 'दुष्काळ संहिता' (Famine Code) अशी सरकारने १८८३ साली तयार केली. या संहितेत लोकांना अन्न, पैसा व काम यांच्या स्वरूपात मदत करून त्यांचे जीवित व वित्त वाचविणे हे सरकारचे कर्तव्य असल्याचे मान्य केले गेले. तसेच मदत करण्याचे प्रकार व पद्धती याविषयीही सविस्तर नियम केले गेले.

त्यानंतर हिंदुस्थानातील सर्वांत मोठा दुष्काळ सन १८९६-९७ आणि १८९९ - १९०० या कालखंडात पडला. संयुक्त प्रांत, बिहार, मध्य प्रांत, मद्रास इलाखा व मुंबई इलाखा अशा एक लक्ष २५ हजार चौरस मैलांच्या विस्तीर्ण प्रदेशातील एकूण तीन कोटी चार लाख लोक दुष्काळाच्या खाईत लोटले गेले. या दुष्काळाच्या पार्श्वभूमीवर सर अँटनी मॅक्डोनाल्ड यांचे कमिशन नियुक्त केले गेले. पूर्वीच्या कमिशनच्या शिफारशींत सुधारणा करून या कमिशनने काही नव्या शिफारशी केल्या. त्यापैकी प्रत्येक प्रांतात दुष्काळ निवारणार्थ उपाययोजनांच्या अंमलबजावणीसाठी दुष्काळ कमिशनरची नेमणूक करावी, ही महत्त्वाची शिफारस होती. याशिवाय दुष्काळ पीडितांसाठी स्थानिक रोजगार निर्मिती व अन्नधान्याच्या उत्पन्नासाठी मोठ्या प्रमाणावर पाटबंधाऱ्यांची उपाययोजना यावरही भर दिला गेला.

हिंदुस्थानातील दुष्काळांच्या या पार्श्वभूमीवर दुष्काळग्रस्त महाराष्ट्राच्या तत्कालीन परिस्थितीत करवीर संस्थानात नुकत्याच राज्यासनावर आरूढ झालेल्या २०-२२ वर्षांच्या तरुण शाहू महाराजांनी या दुष्काळाशी कसा सामना दिला, हे पाहणे उद्बोधक होईल.

करवीर राज्यातील दुष्काळ

शाहू छत्रपती महाराज १८९४ साली, वयाच्या विसाव्या वर्षी गादीवर आले. त्यानंतर ते स्वत: राज्यकारभाराची घडी नीट बसवीत असतानाच अवघ्या दोन-तीन वर्षांत दुष्काळ व प्लेग अशा दोन मोठ्या संकटांना त्यांना तोंड द्यावे लागले. १८९६ ते १९०० या पाच वर्षांच्या काळात पूर्ण दक्षिणेत या संकटांनी हाहाकार माजवून लाखो लोकांचा बळी घेतला. करवीर राज्यातही या संकटांनी प्रवेश केला; पण शाहू महाराजांनी या संकटांवर मात करण्याच्या केलेल्या उपाययोजनांमुळे देशात इतरत्र झालेल्या जीवितहानीपेक्षा कितीतरी पटीने कमी जीवितहानी होऊ शकली.

दुष्काळाची चाहूल लागताच शाहू महाराजांनी आपल्या संस्थानाच्या प्रमुख मुलकी व महसुली अधिकाऱ्यांना बरोबर घेऊन सर्व महालांतून प्रत्यक्ष पाहणी दौरे काढले. आवश्यक त्या ठिकाणी जंगलखात्याच्या तसेच बांधकामखात्याच्या अधिकाऱ्यांनाही त्यांनी बरोबर घेतले. राज्यात

स्वतंत्र 'दुष्काळ विभाग' सुरू करून त्यावर सरसुभे भास्करराव जाधव यांच्यासारख्या तडफदार व कर्तबगार अधिकाऱ्याची नियुक्ती केली. महालाच्या मामलेदारांना दुष्काळाचे अहवाल तातडीने तयार करण्याचे हुकूम दिले. दुष्काळाचे समग्र चित्र डोळ्यासमोर उभे राहिल्यावर शाहू महाराजांनी त्यावर मात करण्यासाठी ज्या उपाययोजना केल्या, त्यांचे प्रामुख्याने दोन विभाग पाडता येतील. ते असे :

(१) तातडीने करावयाच्या उपाययोजना.

(२) दीर्घकालीन, मूलभूत स्वरूपाच्या उपाययोजना.

तातडीने करावयाच्या उपाययोजनांमध्ये प्रामुख्याने माणसे व जनावरे यांचे प्राण वाचविण्यासाठी करावयाच्या उपाययोजनांचा समावेश होत होता. अशा उपाययोजनांपैकी काही महत्त्वाच्या अशा होत :

१. अन्नधान्याची वितरण व्यवस्था

महाराजांनी या कामी प्रथम आपल्या संस्थानातील सधन प्रजाजनांचे सहकार्य घेण्याचे ठरविले. सधन शेतकरी, शेठ-सावकार यांच्याकडून गरीब लोकांसाठी दरबारच्या यंत्रणेकडून धान्य गोळा करून, त्याचे दुष्काळी भागात वितरण केले. तसेच संस्थानातील प्रमुख धान्य व्यापाऱ्यांना मानवतेच्या भूमिकेतून 'ना नफा, ना तोटा' या तत्त्वावर स्वस्त भावात धान्य विक्री करण्याचे आवाहन केले गेले. त्याला व्यापाऱ्यांनी चांगला प्रतिसाद दिला. व्यापाऱ्यांना जो थोडाबहुत तोटा होईल, त्याची 'गॅरंटी' निधीतून भरपाई केली जाऊ लागली. काही व्यापाऱ्यांना परप्रांतांतून धान्य आणण्यासाठी दरबाराकडून बिनव्याजी कर्जे देण्यात आली. तसेच सरकारमार्फतही धान्यखरेदी करून स्वस्त धान्याची दुकाने गावोगाव सुरू केली गेली.

इतके प्रयत्न करूनही दुष्काळी भागातील लोकांना अन्न पुरेसे पडत नाही, असे महाराजांच्या लक्षात आले, त्या वेळी त्यांनी म्हैसूरच्या महाराजांशी संपर्क साधून त्यांना मदतीचे आवाहन केले. त्याप्रमाणे म्हैसूरच्या महाराजांनी १८९६ पासून १९०० पर्यंत अशी चार वर्षे करवीर संस्थानाला अन्नधान्याची मदत केली.

या उपाययोजनांमुळे इतर ठिकाणी जरी धान्याच्या किमती भरमसाठ वाढल्या, तरी करवीर संस्थान हे दुष्काळग्रस्तांना अत्यंत स्वस्त दरात

धान्य देण्यामध्ये यशस्वी होऊ शकले.

२. पिण्याच्या पाण्याची उपलब्धता

दुष्काळामध्ये पिण्याच्या पाण्याच्या टंचाईचा प्रश्न प्रजाजनांसमोर आ वासून उभा राहिला होता. महाराजांनी आपल्या संस्थानातील पाण्याचे साठे, आटलेल्या अथवा बुजलेल्या विहिरी, तळी, तलाव, झरे यांचा शोध घेतला. दरबारची मदत व गावकऱ्यांचे श्रमदान यांच्या जोरावर जुन्या विहिरींचे व तळ्यांचे गाळ काढले गेले. त्यांची खोली वाढवून जिवंत झऱ्यांचा शोध घेतला गेला. या उपाययोजनांमुळे भूगर्भातील पाण्याची अधिकाधिक उपलब्धता होऊन पिण्याच्या पाण्याचा प्रश्न मोठ्या प्रमाणावर सुटला. लोकांचे व जनावरांचे प्राण वाचले.

३. गोरगरिबांसाठी अन्नछत्रे व अनाथालये

महाराजांनी कटकोळ, पन्हाळा, वळीवडे, गडहिंग्लज, बाजार भोगाव इत्यादी ठिकाणी अनाथ, वृद्ध व निराधार लोकांसाठी अनाथालये काढली आणि तेथे अन्नछत्रे सुरू केली. या दुष्काळात एकूण ५० हजार निराधारांना अन्न-वस्त्र देऊन जीवदान दिले गेले. दक्षिणेत शेकडो लोक अन्नाविना तडफडून मरत असताना करवीर संस्थानात मात्र कोणीही भूकबळी झाला नाही, ही कल्याणकारी राज्यकर्ता म्हणून महाराजांची मोठी कामगिरी समजली पाहिजे.

महाराजांनी आंधळे-पांगळे, म्हातारे, दीन-दुबळे यांचीही स्वतंत्र व्यवस्था केली होती. जे लोक मदत केंद्रावरही येऊ शकत नव्हते, ते भुकेने तळमळून मरू नयेत, म्हणून त्यांना दरबाराकडून शिधा वाटण्याची पद्धत महाराजांनी सुरू केली. सारांश, अन्न मिळाले नाही म्हणून प्रजानन भूकबळी पडले, असे कोणत्याही परिस्थितीत होता कामा नये, याकडे महाराज अत्यंत दक्षतेने पाहत होते.

४. पाळणाघरांची योजना

सरकारच्या दुष्काळी कामांवर हजारो स्त्री-पुरुष राबत असता, त्यांच्या तान्ह्या मुलांचे फार हाल होत असत. दुष्काळी कामावर पाहणी करीत असता या तान्ह्या मुलांचे आक्रोश पाहून महाराजांचे मन द्रवले

व त्यांनी अशा कामांवर तातडीने पाळणाघरे उभारण्याचा हुकूम दिला. परिणामी, दुष्काळी कामाच्या ठिकाणी पाळणाघरे उभी राहिली. जेथे त्या मुलांची देखभाल करण्यासाठी सरकारतर्फे 'आयां'ची नेमणूक झाली, अशा चार हजारांहून अधिक तान्ह्या मुलांना या योजनेचा लाभ झाला. महाराष्ट्र सरकारने रोजगार हमी योजनांतर्गत पाळणाघरे सुरू केल्याचे आपणास माहीत आहे. कोल्हापूरच्या या राजाने १०० वर्षांपूर्वी आपल्या राज्यात पाळणाघरे सुरू केली होती. मला वाटते की, देशातील पाळणाघरांचा हा पहिला सामाजिक प्रयोग असावा.

५. दुष्काळग्रस्तांसाठी रोजगारनिर्मिती

अन्नछत्रे, अनाथालये ही दीनदुबळ्या लोकांसाठी होती. धडधाकट लोकांसाठी रोजगाराची व्यवस्था लावणे गरजेचे होते. त्या दृष्टीने महाराजांनी आपल्या संस्थानात अनेक कच्च्या व पक्क्या रस्त्यांच्या व पुलांच्या बांधणीच्या कामाच्या योजना सुरू केल्या. विशेष म्हणजे या योजनांत मजूर जसे काम करत, तसे वेतन देण्याची, म्हणजे 'Payment by Result' या तत्त्वाने वेतन देण्याची पद्धती त्यांनी स्वीकारली.

विशेष म्हणजे हे तत्त्व पुढे १९५१ साली जिनिव्हामध्ये भरलेल्या आंतरराष्ट्रीय मजूर परिषदेमध्ये स्वीकारले गेले. त्यापूर्वी ५० वर्षे करवीर संस्थानात शाहू महाराजांनी या शास्त्रीय तत्त्वाचा स्वीकार केल्याचे आढळते.

६. जनावरांच्या छावण्या

प्रजाजनांमध्ये बहुसंख्य लोक शेतकरी होते आणि त्यांचे जीवन, शेतीचे जीवन हे गोधनावर अवलंबून होते. दुष्काळामुळे या गोधनावर मोठे संकट आले. महाराजांनी प्रजेच्या जीविताबरोबर त्यांच्या जनावरांच्या जीवितांची विशेषत्वाने काळजी घेतली. सरकारी गवताची कुरणे आणि जंगले रयतेसाठी खुली करण्यात आली. शिवाय त्यांनी जाहीरनामाच काढला की, ज्यांना आपली जनावरे पोसता येणे शक्य नाही, त्यांनी ती सरकारी छावणीत दाखल करावीत आणि जेव्हा परत न्यावीशी वाटतील तेव्हा ती न्यावीत. यामुळे संस्थानातील गोधन केवळ वाचलेच नव्हे, तर त्यांचे संवर्धनही झाले. दुष्काळाच्या

सुरुवातीला सरकारी छावणीत चार लाख २७ हजार ६२९ एवढी जनावरे होती, त्यात वाढ होऊन त्यांची संख्या चार लाख ३४ हजार ९४९ इतकी झाली. इंग्रजांच्या खालसा मुलखात हजारो माणसे व लाखो जनावरे मृत्युमुखी पडत असता, शाहू महाराजांच्या संस्थानात माणसे तर जगलीच; पण जनावरेही जगली. एवढेच नव्हे तर त्यांच्यात वाढ झाली.

आज महाराष्ट्र सरकार दुष्काळग्रस्त भागांसाठी जनावरांच्या छावण्या चालवीत असल्याचे दृश्य दिसते आहे. शाहू महाराजांनी १०० वर्षांपूर्वी अशा छावण्या सुरू केल्या होत्या हे लक्षणीय मानावयास हवे.

सततच्या चार-पाच वर्षांच्या दुष्काळी परिस्थितीत दुष्काळावर मात करणाऱ्या या उपरिनिर्दिष्ट काही तातडीच्या उपाययोजना महाराजांनी हाती घेतल्या असल्या, तरी आपल्या राज्यातून दुष्काळ कायमस्वरूपी निघून जावा, यासाठी त्यांनी फार मूलगामी योजना हाती घेतल्या होत्या. त्यापैकी प्रमुख अशा :

१. सार्वत्रिक पाटबंधारे धोरण

१९०२ साली महाराजांनी आपल्या राज्यात सार्वत्रिक पाटबंधारे धोरण (Mass Irrigation Policy) जाहीर केली. त्या अंतर्गत स्वतंत्र 'पाटबंधारे खाते' निर्माण करून त्यावर 'इरिगेशन ऑफिसर' ची नियुक्ती केली. या धोरणानुसार संस्थानातील प्रत्येक लहान-मोठ्या गावाच्या विविध जलस्रोतांची शास्त्रीय पाहणी (Survey) केली गेली. त्याखाली प्रत्येक गावच्या शिवारातील नव्या-जुन्या विहिरी, छोटे-मोठे तलाव, लहान-मोठे बंधारे यांच्या नोंदी केल्या गेल्या. या विहिरी, तलाव, बंधारे यांची दुरुस्ती तातडीने हाती घेण्यात आली. त्याचप्रमाणे नव्या विहिरी, तलाव व बंधारे यांच्याही योजना वेगाने हाती घेण्यात आल्या. अशा प्रकारे जमिनीवर पडणाऱ्या व जमिनीखालील पाण्याच्या प्रत्येक स्रोताचा मागोवा घेऊन त्याचा वापर केला गेला.

२. राधानगरी धरण योजना

या सार्वत्रिक पाटबंधारे योजनेतील सर्वांत महत्त्वाकांक्षी प्रकल्प म्हणजे भोगावती नदीवर महाराजांनी बांधलेले राधानगरी धरण हे होय.

१९०२ साली युरोपच्या दौऱ्यावर असताना तेथील मोठमोठी धरणे पाहून आपल्याही संस्थानात असा प्रकल्प राबवावा आणि पावसाळ्यात आपल्या नद्यांतून वाहून जाणारे पाणी अडवून संस्थानाच्या पूर्व भागातील तृषार्त काळ्याभोर जमिनीस ते उपलब्ध करून द्यावे, अशी कल्पना त्यांना सुचली. संस्थानच्या साधन सामग्रीचा विचार करता ही फारच भव्य योजना होती; पण महाराजांनी आपले एक जीवितकार्य म्हणून तिचा पाठपुरावा केला. १९०९ साली धरणांच्या प्रत्यक्ष बांधकामाला सुरुवात होऊन १९१८ सालापर्यंत त्यावर १४ लाख रुपये खर्च झाले. त्यातून ६०० दशलक्ष घनफूट पाणी शेतीसाठी उपलब्ध झाले. पुढे हे धरण यथावकाश पूर्ण झाले. त्या काळातील हे हिंदुस्थानातील सर्वांत मोठे धरण होते. अशा प्रकारे महाराजांनी आपल्या संस्थानात हरितक्रांतीचे जे स्वप्न पाहिले, ते साकार झाले. यामुळे देशातील 'हरितक्रांतीचे जनक' अशी त्यांची इतिहासात नोंद झाली.

३. आधुनिक पद्धतीच्या शेतीस उत्तेजन

युरोपच्या दौऱ्यात महाराजांनी तेथील आधुनिक पद्धतीच्या शेतीचे निरीक्षण केले होते. अशा प्रकारचे आधुनिक शेतीचे प्रयोग आपल्याही संस्थानात सुरू होऊन आधुनिक कृषितंत्रज्ञानाचा प्रसार व्हावा, यासाठी त्यांनी १९१२ साली कोल्हापुरात 'किंग एडवर्ड ॲग्रिकल्चरल इन्स्टिट्यूट' स्थापन केली. या संस्थेला जोडूनच त्यांनी आधुनिक कृषी अवजारांचे एक कायमस्वरूपी म्युझियम स्थापन केले. याशिवाय शेतकऱ्यांना आधुनिक शेतीचे प्रशिक्षण देण्यासाठी खास शेती अधिकाऱ्यांच्या नेमणुका केल्या. सामान्य शेतकऱ्यांना आधुनिक कृषी अवजारांचे व बी-बियाण्यांचे ज्ञान व्हावे म्हणून देवदेवतांच्या यात्रांतून व महोत्सवांतून शेतकी प्रदर्शने आयोजित केली. कुस्त्यांच्या फडांबरोबरच 'कृषिप्रदर्शने' व 'विज्ञानप्रदर्शने' भरविली जाऊ लागली.

४. प्रयोगशीलतेचा स्वीकार

हे सर्व उपक्रम चालू असतानाच संस्थानच्या पश्चिमेकडील सह्याद्रीच्या डोंगर उतारावर चहा, कॉफी, कोको, रबर, वेलदोडे या प्रकारच्या उत्पादनाचे प्रयोग महाराजांनी केले. त्यातून चहाचे व रबराचे मळे डोंगर

उतारावर तयार होऊ लागले. यापैकी चहाच्या लागवडीचा प्रयोग यशस्वी झाला. संस्थानात उत्पादित चहा Panhala Tea No. 4 या नावाने देशात प्रसिद्धीस आला. थोडक्यात, पारंपरिक पिकांबरोबरच चहा, कॉफीच्या नगदी उत्पादनाकडे शेतकरी वळावा, ही महाराजांची अभिनव कल्पना होती व ती काही प्रमाणात यशस्वीही झाली.

अशा प्रकारे करवीर संस्थानावर कोसळलेल्या दुष्काळाच्या अस्मानी संकटाला शाहू महाराज मोठ्या धैर्याने व कल्पकतेने सामोरे गेल्याचे दिसते. एवढेच नव्हे, तर दुष्काळाशी सामना करीत असता विविध प्रकारच्या तातडीच्या उपाययोजना करून त्यांनी लाखो लोकांचे व जनावरांचे प्राण वाचवून दुवा तर घेतलाच, शिवाय दुष्काळानंतर दीर्घकालीन उपाययोजना हाती घेऊन करवीर संस्थानातून दुष्काळाची कायमस्वरूपी हकालपट्टी केली आणि आपली भूमी खऱ्या अर्थाने सुजलाम् सुफलाम् केली. स्वातंत्र्यानंतर बऱ्याच वर्षांनी आपल्या सरकारने हरितक्रांतीची योजना तयार केली व ती बऱ्याच अंशी यशस्वीही झाली; पण अशी हरितक्रांती पाऊणशे वर्षांपूर्वी महाराष्ट्रात शाहू राजाने घडवून आणली होती, ही कोणाही मराठी माणसास अभिमान वाटावा अशी गोष्ट आहे. विशेषत: आज महाराष्ट्रात सांगली, सातारा, सोलापूर इत्यादी जिल्हे दुष्काळग्रस्त म्हणून जाहीर झाले असताना कोल्हापूर जिल्ह्याचे नाव दुष्काळग्रस्तांच्या यादीत नाही, याचे श्रेय शाहू महाराजांना जाते, याबद्दल कुणाचे दुमत असण्याचे कारण नाही.

संदर्भ :

१. Reports on the General Administration of Kolhapur State : 1896-1901

२. Rajarshi Shahu Chhatrapati Papers, Vol. II, 1894-1900) : Ed. Dr. Vilas Sangave & Dr. B. D. Khane, Kolhapur, 1893

३. An Advance History of India : R.C. Mujumdar, Ry Chaudhuri & Datta, 3rd Ed. 1970

४. श्री शाहू छत्रपतींचे अर्थकारण : प्रा. सौ. मीना कुलकर्णी आणि प्रा. ब. शि. कुलकर्णी, कोल्हापूर, १९७५

५. राजर्षी शाहू : राजा व माणूस : कृ. गो. सूर्यवंशी, पुणे, १९८४

६. राजर्षी शाहू गौरव ग्रंथ : ॲड. पी. बी. साळुंखे, कोल्हापूर, १९७६

७. राजर्षी शाहू स्मारक ग्रंथ : डॉ. जयसिंगराव पवार, कोल्हापूर, २००१

विशेष टीप :- २००३-०४ साली द. महाराष्ट्रात मोठा दुष्काळ पडला. सातारा-सांगली जिल्ह्यात तर शेतकऱ्यांनी पावसाअभावी पेरण्याही केल्या नाहीत. पाणी व गवतचारा यांचे मोठे दुर्भिक्ष निर्माण झाले. या पार्श्वभूमीवर अखिल महाराष्ट्र इतिहास परिषदेच्या सातारा अधिवेशनात वाचलेला हा शोधनिबंध.

◆

राजर्षी शाहू छत्रपतींच्या
आरक्षण जाहीरनाम्याची शताब्दी

महाराष्ट्राच्या सामाजिक जडणघडणीत राजर्षी शाहू छत्रपती महाराज यांचा बहुमोल वाटा आहे. शेकडो वर्षे शूद्र मानल्या गेलेल्या जाती-जमाती वरिष्ठ वर्गाच्या सामाजिक, आर्थिक व सांस्कृतिक गुलामगिरीत थिजून गेल्या होत्या. त्यांच्यामध्ये चेतना निर्माण करण्याचे पहिले कार्य महाराष्ट्रात महात्मा जोतिबा फुले यांनी केले. त्यांच्या निर्वाणानंतर १८९४ साली शाहू महाराज कोल्हापूरच्या गादीवर आले. त्यांनी आपला राजदंड शूद्रातिशूद्रांच्या उद्धारासाठी वापरला.

करवीर राज्याची १८९४ सालची स्थिती

शाहू महाराज १८९४ साली राज्यारूढ झाले. त्या पूर्वीच्या ५० वर्षांत कोल्हापूरच्या राज्यास अल्पवयीन राजे लाभले. त्यामुळे राज्याचा कारभार इंग्रज अधिकारी व त्यांनी नेमलेल्या एतद्देशीय अधिकाऱ्यांच्या हातात जाऊन छत्रपतींची सत्ता नाममात्र राहिली होती. इंग्रज अधिकाऱ्यांचा उन्मत्तपणा व दरबारी अधिकाऱ्यांची कटकारस्थाने यांना ऊत आला होता. अशा गोष्टींनीच खुद्द चौथ्या शिवाजी महाराजांचा, म्हणजे महाराजांच्या दत्तक पित्याचा बळी घेतला होता. अशा अस्थिर व धोकादायक परिस्थितीत, वयात येताच शाहू महाराजांनी राज्याची सूत्रे

आपल्या हातात घेतली होती.

या वेळच्या कोल्हापूर राज्यातील प्रमुख अधिकाऱ्यांच्या यादीवर नजर टाकल्यास असे दिसून येईल की, राज्यातील सर्व प्रमुख पदांवर युरोपियन अथवा पारशी लोक विराजमान झालेले होते. युरोपियन अधिकाऱ्यांत संस्थानचे एक्झिक्यु. इंजिनीयर शॅनॉन, दरबार सर्जन सिंक्लेअर, राजाराम कॉलेजचे प्रिन्सिपॉल कँडी, शिक्षण खात्याच्या प्रमुख मिस. लिटल, अलबर्ट एडवर्ड हॉस्पिटलमधील स्त्री वैद्यकीय अधिकारी सारा साईक्स ही मंडळी प्रमुख होती; तर पारशी अधिकाऱ्यांत संस्थानचे दिवाण मेहेरजी तारापूरवाला व पोलीसप्रमुख दोराबजी पालनजी हे प्रमुख होते. आता उरलेल्या ज्या अधिकाऱ्यांच्या जागा होत्य, त्या सर्व जागांवर बहुसंख्येने ब्राह्मण वर्गातील मंडळी होती. अशा प्रकारे कोल्हापूरच्या राज्यकारभारात युरोपियन (इंग्रज), पारशी व ब्राह्मण या तीन वर्गांचीच मक्तेदारी होती.

त्या काळी प्रशासनात दोन मुख्य विभाग होते. एक 'जनरल' खाते व दुसरे 'खासगी' खाते. जनरल खात्यामध्ये मुलकी, शिक्षण, आरोग्य, न्याय अशी सार्वजनिक महत्त्वाची खाती येत असत; तर खासगी खाती राजघराण्याच्या खासगी व्यवहारा-संबंधी असत. राज्याच्या उत्पन्नातून राजा व त्याचे कुटुंबीय यांसाठी ठरावीक भाग मिळत असे. तसेच राजघराण्यांचे जमिनींचे (शेरीचे) उत्पन्न असे. त्या सर्वांचा कारभार खासगी खात्यांकडून चालत असे. अशा दोन्ही ठिकाणी अधिकाऱ्यांची व त्यांच्या हाताखालच्या नोकरांची दरबारकडून भरती होत असे. या दोन्ही विभागांतील नोकऱ्या सरकारीच मानल्या जात, हे ध्यानात घ्यावयास हवे.

आता शाहू महाराज राज्यावर आले त्या वेळी या दोन्ही विभागांत म्हणजे १८९४ साली ब्राह्मण व ब्राह्मणेतर नोकरांचे प्रमाण कसे होते, ते पुढील तक्त्यावरून लक्षात येते.[१]

विभाग	**एकूण नोकर**	**ब्राह्मण**	**टक्के**	**ब्राह्मणेतर**	**टक्के**
जनरल खाते	७१	६७	९४.३७	४	०५.६३
खासगी खाते	५३	४६	८७.७९	७	१३.२१

वरील तक्त्यात जी ब्राह्मणेतर मंडळीची संख्या दिसते आहे, त्यात

इंग्रज, पारशी, प्रभू, अँग्लो इंडियन या वर्गातील लोक होते. म्हणजे ज्या मराठ्यांचे हे राज्य समजले जात होते, त्या मराठ्यांना यामध्ये स्थान नव्हते. मग इतर मागासवर्गीयांचा प्रश्नच उद्‌भवत नव्हता.

प्रशासनातील नव्या मनूची सुरुवात

राज्यावर येताच शाहू महाराजांना आपल्या राज्यातील प्रशासनामध्ये असणाऱ्या इंग्रज, पारशी व ब्राह्मण अधिकाऱ्यांच्या मिरासदारीची चांगलीच कल्पना आली. अल्पवयीन राजवटीत मनमानी कारभार करावयास शिकलेल्या इंग्रज व पारशी अधिकाऱ्यांची नव्या राजवटीत डाळ शिजेनाशी झाली. लवकरच महाराजांनी आपले नवे 'प्रशासन मंडळ' नेमले. तसेच 'हुजूर ऑफिस' या एका नव्या खात्याची निर्मिती करून त्यावर आपल्या विश्वासातील आपले गुरू रघुनाथराव सबनीस यांची नियुक्ती केली. महाराजांची ही वेगळ्या दिशेने पडणारी पावले ओळखून इंग्रज व पारशी मंडळी एकामागून एक याप्रमाणे आपल्या पदावरून स्वत:च निघून गेली. त्यांच्या जागांवर महाराजांनी आता भास्करराव विठोजीराव जाधव, दाजीराव अमृतराव विचारे यासारखी ब्राह्मणेतर वर्गातील उच्चविद्याविभूषित मंडळी नेमण्यास सुरुवात केली.

ही एका नव्या मनूची सुरुवात होती. पिढ्यान्‌पिढ्या प्रशासनातील अधिकारांच्या जागांवर विराजमान झालेल्या ब्राह्मण वर्गास मात्र महाराजांच्या या नव्या धोरणांचा धोका स्पष्ट जाणवू लागला. त्यांचा या धोरणास आलेला विरोध हळूहळू स्पष्ट होऊ लागला. अशा प्रकारे महाराजांविरुद्ध ब्राह्मण वर्गात असंतोष निर्माण होत असतानाच सन १८९९ साली कोल्हापुरात 'वेदोक्त प्रकरण' घडून आले. या प्रकरणामुळे कोल्हापुरातील सामाजिक वातावरण स्फोटक बनले.

वेदोक्त प्रकरणात कोल्हापुरातील ब्रह्मवृंदाने शाहू महाराजांचे 'क्षत्रियत्व'च नाकारले आणि त्यांची 'शूद्रां'त गणना करून मोठी अवहेलना केली. दुर्दैवाने महाराष्ट्रातील बहुसंख्य सनातनी ब्राह्मणांनी व लो. टिळकांसारख्या त्यांच्या नेत्याने या कोल्हापूरच्या ब्रह्मवृंदाचीच बाजू घेतल्याने हे प्रकरण महाराष्ट्रातील ब्राह्मण- ब्राह्मणेतर वादाची नांदी ठरल्यास नवल नव्हते.

२६ जुलैचा अभूतपूर्व जाहीरनामा

कोल्हापुरात 'वेदोक्ता'चा भडका उडाला असतानाच शाहू महाराजांना सातव्या एडवर्ड बादशहाच्या राज्यारोहण समारंभासाठी इंग्लंडला जावे लागले. महाराज जरी देहाने तेथे गेले असले, तरी त्यांच्या डोक्यात आपल्या राज्याच्या उत्थापनाचेच विचार थैमान घालीत होते. आपल्या प्रशासनातील ब्राह्मणशाहीची मक्तेदारी मोडून काढण्याचा त्यांनी मनोमन निश्चय केला होता. त्याला अनुसरूनच त्यांनी दिनांक २६ जुलै १९०२ रोजी, आपल्या राज्यातील मागासलेल्या प्रजाजनांच्या अभ्युदयासाठी एक अभूतपूर्व जाहीरनामा प्रसिद्ध केला.

२६ जुलै रोजी प्रसिद्ध झालेला जाहीरनामा इंग्रजीत असून, तो संस्थानातील जनरल खात्यासंबंधी आहे. २८ जुलै रोजी असाच एक जाहीरनामा प्रसिद्ध करण्यात आला. तो मराठीत असून, तो खासगी खात्यासंबंधी आहे. या दोन्ही जाहीरनाम्यांतील मजकूर एकाच अर्थाचा असून, त्या अन्वये महाराजांनी आपल्या राज्यातील सरकारी नोकऱ्यांमध्ये मागासवर्गीयांसाठी ५० टक्के जागा आरक्षित केल्याचे जाहीर केले. या जाहीरनाम्यात महाराजांनी म्हटले होते –

"सध्या कोल्हापूर संस्थानामध्ये सर्व वर्णांच्या प्रजेत शिक्षण देण्याबद्दल व त्यास उत्तेजन देण्याबद्दल प्रयत्न केले आहेत; परंतु सरकारच्या इच्छेप्रमाणे मागासलेल्या लोकांच्या स्थितीत सदरहू प्रयत्नास जितके यावे तितके यश आले नाही, हे पाहून सरकारांस फार दिलगिरी वाटते.

ह्या विषयाबद्दल काळजीपूर्वक विचारांती सरकारांनी असे ठरविले आहे की, यशाच्या ह्या अभावाचे खरे कारण उंच प्रतीच्या शिक्षणास मोबदले पुरेसे विपुल दिले जात नाहीत, हे होय.

ह्या गोष्टीस काही अंशी तोड काढण्याकरिता व उंच प्रतीचे शिक्षणापर्यंत महाराज सरकारच्या प्रजाजनांपैकी मागासलेल्या वर्णांनी अभ्यास करावा, म्हणून उत्तेजन दाखल आपल्या संस्थानच्या नोकरीचा आजपर्यंत वाद असल्यापेक्षा बराच मोठा भाग त्यांच्याकरिता निराळा राखून ठेवणे हे इष्ट होईल, असे सरकारांनी ठरविले आहे.

ह्या रितीस अनुलक्षून महाराज सरकार असा हुकूम करितात की, हा हुकूम पोचलेल्या तारखेपासून रिकामे झालेल्या जाग्यांपैकी शेकडा

पन्नास जागा मागासलेल्या लोकांच्या भराव्या, ज्या ऑफिसमध्ये मागासलेल्या वर्गांच्या अमलदारांचे प्रमाण सध्या शेकडा पन्नासपेक्षा कमी असेल, तर पुढची नेमणूक ह्या वर्षातील व्यक्तीची करावी.

ह्या हुकूमाच्या प्रसिद्धीनंतर केलेल्या सर्व नेमणुकांचे तिमाही पत्रक प्रत्येक खात्याच्या मुख्यांनी सरकारांकडे पाठवावे.

सूचना - मागासलेल्या वर्णांचा अर्थ ब्राह्मण, प्रभू, शेणवी, पारशी व दुसरे पुढे गेलेले वर्ण खेरीज करून सर्व वर्ण असा समाजावा.''[२]

जाहीरनाम्यासंबंधी विरोधकांची प्रतिक्रिया

हा जाहीरनामा एखाद्या बॉम्बशेलप्रमाणे कोल्हापुरातील ब्रह्मवृंदावर कोसळला. त्यांच्यापैकी अनेकांची तळपायाची आग मस्तकात गेली. त्यांचे एक मार्गदर्शक व वेदोक्तामधील महाराजांचे एक विरोधक प्रोफेसर विष्णू गोविंद विजापूरकर यांनी 'समर्थ' नावाच्या आपल्या वृत्तपत्रात ''हा जाहीरनामा मृत्युलेखात टाकतात तशी काळी चौकट टाकून छापण्याचा आपला विचार होता; पण तो विचार सोडून देण्यासाठी आपणास फार संयम दाखवावा लागला,'' असे म्हटले आहे.

लोकमान्य टिळकांनीही महाराजांच्या या 'असमंजस्य' कृत्याचा अत्यंत संताप येऊन त्यांचा 'बुद्धिभ्रंश' झाल्याचे म्हटले आहे. लोकमान्य टिळकांच्या केसरीप्रमाणे 'समर्थ', 'मराठा', 'नेटिव ओपिनियन', 'कल्पतरू', 'प्रेक्षक' अशा अनेक ब्राह्मणी वृत्तपत्रांनी महाराजांच्या आरक्षण जाहीरनाम्यावर टीकेची झोड उठविली.

महाराजांच्या या क्रांतिकारी जाहीरनाम्यामुळे महाराष्ट्रातील ब्राह्मण वर्गाचे धाबे दणाणले. प्रशासनातील आजपर्यंतच्या त्यांच्या मक्तेदारीस आणि सामाजिक व ऐहिक वर्चस्वास त्यामुळे तडा गेला होता. त्यांना पुढे मोठा धोका होता तो सार्वभौम ब्रिटिश सरकारचा; कारण राजकीय चळवळीमध्ये टिळकादी ब्राह्मण पुढारी अग्रगण्य होते. त्यांच्या कार्यात खोडा घालण्यासाठी, तसेच मागासलेल्या जातीजमातींना आपल्याकडे आकर्षित करण्यासाठी ब्रिटिश सरकारने दहा-वीस टक्के जरी आरक्षणाचे धोरण स्वीकारले, तर ब्राह्मण वर्गाची मोठी अडचण होणार होती. तथापि त्यांच्या सुदैवाने व शाहू महाराजांच्या व मागासवर्गीयांच्या दुर्दैवाने ब्रिटिश सरकारने आरक्षण धोरणाचा स्वीकार केला नाही. याचे

प्रमुख कारण म्हणजे ब्रिटिश सरकारही पुढारलेल्या ब्राह्मण वर्गाच्या दबावाखाली होते, हे स्पष्ट होते.

विद्येत मागासलेल्या लोकांना सरकारी नोकऱ्यांत प्राधान्य दिले, तर राजकीय चळवळीत अग्रभागी असलेल्या ब्राह्मणांच्या शत्रुत्वाची धार अधिक तीक्ष्ण होईल, अशी भीती ब्रिटिश सरकारला वाटत होता; पण ही भीती शाहू महाराजांनी बाळगली नाही, हे या ठिकाणी नमूद करावयास हवे.

जाहीरनाम्यातील आश्वासनांची अंमलबजावणी

शाहू महाराजांच्या जाहीरनाम्यात 'ब्राह्मण, प्रभू, शेणवी व पारसी' हे वर्ण सोडून बाकीच्या सर्व वर्णांच्या अथवा जातींच्या लोकांना मागासले समजले गेले होते, हे लक्षात घेतले पाहिजे. त्या दृष्टीने केवळ अस्पृश्य जातीच नव्हे, तर मराठे, जैन, लिंगायत व मुस्लिम या ब्राह्मणेतरातील वरिष्ठ जातीही मागासलेल्या मानल्या गेल्या.

आपल्या जाहीरनाम्यातील आश्वासनाची अंमलबजावणी करीत असताना महाराजांसमोर एक मोठी अडचण होती, ती म्हणजे प्रशासनातील अधिकाऱ्यांच्या जागांवर लायक मागासवर्गीय माणसे मिळण्याची. याचे कारण, ब्राह्मणेतरांमध्ये शिक्षणाचा प्रसार व्हावा तसा झाला नव्हता. त्यामुळे शिकलेले मागासवर्गीय उमेदवार मराठा, जैन यासारख्या प्रतिष्ठित जातींतसुद्धा अपवादानेच उपलब्ध होते, मग अस्पृश्य मानल्या गेलेल्या जातींमध्ये तर सुशिक्षित व्यक्ती मिळणे केवळ दुरापास्त होते.

यासाठी महाराजांनी यापुढील आपल्या वीस वर्षांच्या कारकिर्दीत पुढील तीन उपाययोजना प्रभावीपणे राबविलेल्या दिसतात –

१) मागासलेल्या वर्गामध्ये शिक्षणाचा प्रसार होण्यासाठी प्राथमिक शिक्षणाचा खेडोपाडी जोरदार प्रसार.

२) मागासलेल्या वर्गातील विद्यार्थ्यांच्या उच्च शिक्षणासाठी प्रत्येक जातीसाठी स्वतंत्र वसतिगृहांची निर्मिती.

३) मागासवर्गातील अस्पृश्य जातीतील शिक्षण प्रसारासाठी खास प्रयत्न.

पहिल्या उपाययोजनेनुसार महाराजांनी संस्थानातील खेड्यापाड्यांत प्राथमिक शाळा काढल्या. १९१७ साली प्राथमिक शिक्षण सक्तीचे व

मोफत केले. त्या वर्षी संस्थानात २७ शाळा होत्या आणि १२९६ मुले होती. १९२२ साली म्हणजे महाराजांच्या कारकिर्दीच्या शेवटी शाळांची संख्या ४२० व मुलांची संख्या २२००७ इतकी वाढली.[३]

दुसऱ्या उपाययोजनेनुसार महाराजांनी कोल्हापुरात मराठा, जैन, लिंगायत, मुस्लिम, अस्पृश्य, सोनार, शिंपी आदी सर्व मागासवर्गीय जातींसाठी २१ वसतिगृहे स्थापन केली. या प्रत्येक वसतिगृहास महाराजांकडून जागा, इमारती व कायमस्वरूपी उत्पन्नाची साधने दिली गेली. अशा प्रकारच्या वसतिगृहांच्या निर्मितीमुळे मागासवर्गीयांची मुले उच्च शिक्षण घेऊ लागली. १८९४मध्ये राज्यारोहणाच्या वेळी राजाराम कॉलेजमध्ये फक्त ७.६ टक्के मागासवर्गीय मुले होती; पण १९२२ साली हा आकडा ३७.७ टक्क्यांवर गेला.[४]

तिसऱ्या उपाययोजनेनुसार महाराजांनी अस्पृश्य समाजातील मुलांसाठी खास शैक्षणिक सुविधा उपलब्ध केल्या. त्यांच्यासाठी शिष्यवृत्त्या ठेवल्या. त्यांच्यामधील अनेकांना प्रशिक्षित करून तलाठी म्हणून नेमले. काही अस्पृश्य तरुणांच्या लष्करी फडात, तर काहींच्या मुलकी खात्यांत नेमणुका केल्या. काहींना खासगी सेवेत घेतले, काहींना शिकारी खुतात घेतले, तर काहींना पोलीस खात्यात पोलीस म्हणून नेमले. अशा प्रकारे अस्पृश्य समाजातील लोक प्रथमत: लष्करी, मुलकी व पोलीस खात्यांत दिसू लागले.

या संदर्भात २४ ऑगस्ट १९१८ रोजी महाराजांनी काढलेला एक आदेश पाहण्यासारखा आहे. त्यात ते म्हणतात –

“अस्पृश्य जातींच्या लोकांस प्रेफरन्स देण्यात यावे व तसेच त्या जातीतील लोकांस योग्य ती लायकी असल्यास दरबारातील कोणत्याही योग्यतेच्या जागेवर म्हणजे रेव्हिन्यू, ज्युडिशियल, पोलीस व जनरल आदी कोणत्याही डिपार्टमेंटच्या मुख्याच्या जागेवरही नेमण्यात येईल. इत:पर त्यांच्या अस्पृश्यत्वाची सबब सरकारी नोकरीच्या बाबतीत घेतली जाणार नाही.”[५]

हिंदू धर्मात हजारो वर्षे अस्पृश्यांना ज्या व्यवसायांची बंदी घातली होती, ते सर्व व्यवसाय महाराजांनी अस्पृश्यांसाठी खुले केले. याच न्यायाने त्यांनी न्यायालयीन क्षेत्रात अनेक अस्पृश्य व्यक्तींच्या ‘सनदी वकील’ म्हणून नेमणुका केल्या. कोल्हापूर मुनिसिपालटीत चांभार, भंगी

समाजातील लोकांना सन्माननीय सदस्य म्हणून घेतले. एवढेच नव्हे, तर दत्तोबा पवार या चांभार समाजातील कार्यकर्त्यास म्युनिसिपालटीचा 'चेअरमन' म्हणून नेमले. एखाद्या म्युनिसिपालटीचा चेअरमन अस्पृश्य असावा ही अखिल हिंदुस्थानातील पहिली घटना होती. सामाजिक इतिहासात यास मोठे महत्त्व आहे.

महाराजांच्या आरक्षण धोरणाची फलनिष्पत्ती

महाराजांची कारकीर्द १८९४ ते १९२२ अशी अवघी २८ वर्षांची झाली; पण या काळात त्यांनी स्वीकारलेल्या पुरोगामी व क्रांतिकारी सामाजिक धोरणांमुळे कोल्हापूर संस्थानातीलच नव्हे, तर महाराष्ट्रातील मागासवर्गीय जातीजमातींमध्ये नवचैतन्य निर्माण झाले. कोल्हापूर संस्थानामधील केवळ जनरल खात्याचा विचार केला तर असे दिसून येते की, १८९४ साली जनरल खात्यात ब्राह्मणांचे प्रमाण ९४.३७ टक्के होते ते १९२२ साली ३७.८९ टक्क्यांपर्यंत खाली घसरले. १८९४ साली मागासवर्गीयांचे जनरल खात्यातील प्रमाण अवघे ५.६३ टक्के होते, ते १९२२ साली ६२.११ टक्क्यांवर पोहोचले.

खासगी खात्यात स. १८९४ साली ब्राह्मणांचे असलेले ८६.७९ टक्के हे प्रमाण २८.२९ टक्क्यांपर्यंत खाली आले; तर मागासवर्गीयांचे प्रमाण १३.२१ टक्क्यांवरून ७१.७१ टक्क्यांपर्यंत वर गेले, असे दिसून येते.[६]

उपरोक्त टक्केवारीवरून लक्षात येते की, कोल्हापूर संस्थानामधील ब्राह्मणांची सरकारी व खासगी खात्यामध्ये जी मक्तेदारी होती, तिला शाहू महाराजांच्या आरक्षण धोरणाने जबरदस्त शह दिला गेला. महाराजांनी ब्राह्मणांच्या या मक्तेदारीस 'ब्राह्मण ब्युरॉक्रसी' असे संबोधले आहे.[७]

ही ब्युरॉक्रसी केवळ प्रशासनात प्रभावी होती असे नाही, तर तिच्या साह्याने ब्राह्मणवर्ग मागासवर्गीय जातींवर सामाजिक व आर्थिक जुलूम जबरदस्ती करू शकत होता. ब्राह्मणवर्गाच्या प्रशासनातील मक्तेदारीस शह दिल्यावर त्या अनुषंगाने मागासवर्गीयांवर होणाऱ्या सामाजिक व आर्थिक जुलमासही स्वाभाविकपणे प्रतिबंध केला गेला.

शाहू महाराजांनी म. फुल्यांचे स्वप्न साकार केले

सन १८८२ साली म. फुले यांनी 'हंटर शिक्षण आयोगा'ला जे प्रदीर्घ निवेदन सादर केले होते, त्यात त्यांनी मागासवर्गीय लोकांना सरकारी नोकऱ्यांत वाव देऊन ब्राह्मणांच्या मिरासदारीस आळा घालावा म्हणून ब्रिटिश सरकारास आवाहन केले होते. ते म्हणतात,

*"या उच्च शिक्षण पद्धतीची ढळढळीत दिसून येणारी प्रवृती म्हणजे तिच्यामुळे वरिष्ठ अधिकरपदे ही ब्राह्मणवर्गाची सर्वस्वी मिरासदारी होऊन बसलेली आहे. सरकारला रयतेच्या कल्याणाची खरीखुरी कळकळ असेल, तर या पद्धतीचे नाना प्रकारचे हे दुरुपयोग थांबवून सरकारी नोकऱ्यांच्या क्षेत्रात अन्य जातींच्या लोकांचा हळूहळू शिरकाव होण्यास वाव करून देणे आणि त्या प्रमाणात ब्राह्मणवर्गाच्या मिरासदारीला उत्तरोत्तर आळा घालणे हे सरकारचे आद्य कर्तव्य ठरते."*८

म. फुल्यांच्या हाती राजसत्ता नव्हती; पण शाहू महाराजांच्या हाती राजसत्ता होती. त्यांचे संस्थान छोटे असले, तरी त्यांच्या प्रशासनात मागासवर्गीयासांठी सरकारी नोकऱ्यांत ५० टक्के जागा आरक्षित करून, त्यांनी म. फुल्यांचे स्वप्न मर्यादित अर्थाने का होईना साकार केले, असे म्हटल्यास अतिशयोक्ती होणार नाही. राजर्षी शाहू हे म. फुल्यांचे अशा अर्थाने खरेखुरे वारसदार होते, असे म्हणावे लागेल.

डॉ. आंबेडकर व मंडल यांनी शाहूंचे स्वप्न साकार केले

जसा म. फुल्यांचा मागासवर्गीयांच्या उद्धाराचा वारसा राजर्षी शाहू महाराजांनी पुढे चालवला, तसा राजर्षींचा वारसा डॉ. आंबेडकरांनी पुढे चालविलाच नव्हे तर भारतीय राज्यघटनेच्या माध्यमातून त्यांनी अमलात आणला. डॉ. आंबेडकरांनी राज्यघटनेच्या आधाराने मागासवर्गीयांपैकी 'अनुसूचित जाती व जनजाती' यांच्यासाठी सरकारी 'नियुक्ती पदां'च्या २२.५ टक्के जागा आरक्षित ठेवल्या आणि अखिल भारतीय पातळीवर प्रथमच सरकारी नोकऱ्यांत अस्पृश्य मानल्या गेलेल्या व तत्सम जाती-जमातींना प्राधान्य दिले जाऊ लागले; पण घटनेने नमूद केलेल्या 'अनुसूचित जाती-जनजाती' यांच्या कक्षेबाहेर शेकडो मागासलेल्या जाती-जनजाती होत्या. त्यांना ही संधी मिळालेली नव्हती. अशा मागासवर्गीय जातींची संख्या भारतात ३५००हून अधिक आहे आणि

त्यांची संख्या एकूण लोकसंख्येच्या ५२ टक्के आहे.

या अन्य मागासवर्गीयांना सामाजिक न्याय देणारा 'मंडल आयोग' १९८० मध्ये आल, त्याने या अन्य मागासवर्गीयांसाठी सरकारी नोकऱ्यांत २७ टक्के जागा आरक्षित ठेवल्या आहेत. भारत सरकारने मंडल आयोगाची ही शिफारस स्वीकारलेली आहे आणि त्याची अंमलबजावणीही आता चालू आहे.

सारांश, म. फुल्यांनी ज्या आरक्षण धोरणाचे सूतोवाच आपल्या 'हंटर कमिशन'च्या समोर केलेल्या निवेदनात केले होते आणि ज्या आरक्षण धोरणाची प्रत्यक्ष अंमलबजावणी राजर्षी शाहू छत्रपतींनी आपल्या १९०२च्या जाहीरनाम्यात केली होती, त्याच धोरणांच्या अंमलबजावणीतील 'मंडल आयोग' हा शेवटचा टप्पा होय. एक प्रकारे हा आयोग म्हणजे राजर्षी शाहू छत्रपतींच्या आरक्षण धोरणाची सुखद फलनिष्पत्तीच मानावी लागेल!

संदर्भ :

१. राजर्षी शाहू स्मारक ग्रंथ : संपा. डॉ. जयसिंगराव पवार, पृ. १३२
२. करवीर सरकारचे गॅझेट, भाग १, ता. २ ऑगस्ट १९०२
३. राजर्षी शाहू स्मारक ग्रंथ, पृ. १२२
४. कित्ता, पृ. ५९८
५. करवीर सरकारचे गॅझेट, भाग १, ता. १७ ऑगस्ट १९१८
६. राजर्षी शाहू आणि कांशीराम : प्रा. पी.एस. चंगोले, पृ. ३६
७. राजर्षी शाहू स्मारक ग्रंथ, पृ. १२७
८. महात्मा फुले समग्र वाङ्मय : संपा. डॉ. य.दि. फडके, १९९१, पृ. ७१७

विशेष टीप :- सन २००२ साली राजर्षी शाहू छत्रपती महाराजांच्या आरक्षण जाहीरनाम्याची शताब्दी सर्व महाराष्ट्रात साजरी झाली. महाराष्ट्र सरकारने त्या निमित्ताने महाराजांचा जन्मदिन 'सामाजिक न्याय दिन' म्हणून दरवर्षी साजरा करण्याचा निर्णय घेतला. या पार्श्वभूमीवर अखिल महाराष्ट्र इतिहास परिषदेच्या चांदवड, जि. नासिक येथील अधिवेशनात वाचलेला हा शोधनिबंध.

◆

राजर्षी शाहू आणि डॉ. आंबेडकर

महाराष्ट्राच्या सामाजिक परिवर्तनाच्या इतिहासात म. जोतिबा फुले यांनी सामाजिक क्रांतीची चळवळ सुरू केली. शतकानुशतके खालच्या थरातील जाती-जमाती सामाजिक गुलामगिरीने थिजून अचेतन झाल्या होत्या. त्यांच्यामध्ये जी थोडीशी जागृती झाली, ती महात्मा फुल्यांच्या कामगिरीनेच होय; परंतु फुल्यांच्या निर्वाणानंतर ही चळवळ थंड पडली. राजर्षी शाहू स. १८९४ साली कोल्हापूरच्या गादीवर आल्यावर अल्प काळातच त्यांनी ह्या चळवळीची पताका खांद्यावर घेतली.

अस्पृश्यांचा उद्धार करण्याची शाहू महाराजांना तळमळ लागून राहिली होती. पशूहून निकृष्ट गणल्या जाणाऱ्या समाजाला त्यांच्या नैसर्गिक हक्कांची त्यांना जाणीव निर्माण करून द्यावयाची होती. यासाठी त्यांनी १९०२ साली आपल्या संस्थानातील सर्व खात्यांतील नोकरीच्या जागांपैकी ५० टक्के जागा मागासलेल्या वर्गांसाठी राखीव केल्याची घोषणा केली. महाराष्ट्रातीलच नव्हे, तर हिंदुस्थानातील सामाजिक क्षेत्रातील अशा प्रकारची ही पहिली घटना होती. त्यानंतर महाराजांनी १९१८ साली महारांच्या पाचवीला पुजलेली वेठबिगारी नष्ट केली. तसेच त्यांच्या गुलामीच्या शृंखला तोडण्यासाठी 'महार वतने' खालसा केली. त्यांनी महार हा पहिल्यांदाच रयत व स्वतंत्र प्रजाजन बनवला.

महाराजांनी आपल्या संस्थानातील शाळा-कॉलेजे अस्पृश्यांसाठी

खुली केली. त्यांच्यासाठी शिष्यवृत्त्या दिल्या – (१९११). त्यांच्यासाठी वसतिगृहे स्थापन केली – (१९०८). सार्वजनिक ठिकाणची अस्पृश्यता कायद्याने नष्ट केली – (१९१९).

अस्पृश्य समाजाची सर्वांगीण प्रगती व्हावी म्हणून महाराजांचे प्रयत्न चालू असताना त्यांना सतत वाटत होते की, मागासलेल्या समाजांनी स्वावलंबी बनून आपल्याच जातीच्या पुढाऱ्यांच्या नेतृत्वाखाली आपली प्रगती साधावयास हवी. या संदर्भात महाराजांनी म्हटले आहे -

"आम्ही आपल्या जातीचेच पुढारी नेमले पाहिजेत. पशुपक्षीदेखील हीच गोष्ट करतात. पशूला कोणी पक्ष्यांचा पुढारी करीत नाही किंवा पक्षी कधी पशूंचा पुढारी होऊ शकत नाही. गाई, बैल, मेंढरे यांचे पुढारीपण मेंढपाळाकडे असल्यामुळे त्यांना अखेरीस कसाबखान्याकडे जावे लागते."[१]

शाहू महाराजांच्या डोक्यात असे विचार चालू असताना अचानकपणे, भीमराव आंबेडकर नावाचा एक महाराचा मुलगा अमेरिकेहून पीएच.डी. होऊन आला आहे, अशी बातमी त्यांना समजली. या बातमीने त्यांना मोठा आनंद झाला. डॉ. आंबेडकरांचा शोध घेण्यासाठी त्यांनी तत्काळ खास माणसे पाठविली. डॉ. आंबेडकरांचा पत्ता मिळताच महाराज खास त्यांच्या भेटीस मुंबईतील परळ चाळीत गेले. डॉ. आंबेडकरांना त्यांनी कडकडून मिठी मारली आणि ते म्हणाले, "आता माझी काळजी दूर झाली. दलितांना पुढारी मिळाला."[२] महाराजांनी पहिल्या भेटीतच त्यांना कोल्हापूरला येण्याचे निमंत्रण दिले.

लवकरच माणगाव परिषदेच्या निमित्ताने डॉ. बाबासाहेब आंबेडकरांचा कोल्हापूर भेटीचा योग जुळून आला. कोल्हापुरात शाहू महाराजांनी डॉ. आंबेडकरांचे जंगी स्वागत करून त्यांना आपल्या सोनतळी कॅम्पवर सहभोजनास नेले. या भोजन सोहळ्यास अनेक सत्यशोधक व दलित कार्यकर्ते हजर होते. या प्रसंगी चर्चा करताना महाराज डॉ. आंबेडकरांना म्हणाले, "योग्य वेळी तुम्ही भारतात आलात ही गोष्ट दलित समाजाच्या भाग्याची मानली पाहिजे."[३]

या वेळी दलितांमध्ये काही लोक सुशिक्षित झाले होते; पण त्यांच्यामध्ये अखिल दलित समाजाचे नेतृत्व करण्याचे धाडस नव्हते. डॉ. आंबेडकरांच्या ठिकाणी नेतृत्वाचे गुण आहेत, हे महाराजांनी हेरले

होते. म्हणूनच त्यांचा उचित गौरव करण्यासाठी महाराजांनी त्यांना आपल्या राजधानीत पाचारण केले होते. डॉ. आंबेडकरांना निरोप देते वेळी महाराजांनी त्यांना 'जरीपटक्याचा' आहेर केला. तेव्हा त्यांनी महाराजांना धन्यवाद देताना उद्गार काढल, "छत्रपतींनी दिलेला मानाचा जरीपटका माझ्या मस्तकी चढविला त्याचा मी सदैव मान राखीन."४

दलित समाजाच्या भावी नेतृत्वाची धुरा सांभाळावी, ही महाराजांची अपेक्षा आपण पूर्ण करू, असेच या उद्गारात डॉ. आंबेडकरांना सुचवायचे होते.

तो काळ माँटेग्यू-चेम्सफर्ड कायद्याने मिळावयाच्या सुधारणांनी भारावून गेला होता. विद्येत मागासलेल्या समाजास भावी राज्यघटनेत उचित प्रतिनिधित्व मिळावे म्हणून शाहू महाराजांचे प्रयत्न चालू होते. अस्पृश्यांचे कायदेमंडळातील प्रतिनिधी अस्पृश्य समाजाकडूनच निवडले गेले पाहिजेत, असे डॉ. आंबेडकरांचे आग्रही प्रतिपादन होते. भावी राज्यघटनेच्या संदर्भात अभ्यास करण्यासाठी साऊथबरो समिती भारतात आली होती. अस्पृश्यांची बाजू या साऊथबरो समितीसमोर मांडण्यासाठी एखादे वर्तमानपत्र आपण काढायला हवे, असे डॉ. आंबेडकरांना वाटत होते. त्यांनी महाराजांसमोर ही योजना मांडताच त्यांनी पाक्षिक काढण्यासाठी तत्काळ त्यांना अडीच हजाराचे अर्थसाह्य दिले – (१९२०).५

महाराजांनी दिलेल्या देणगीतूनच डॉ. आंबेडकर यांच्या 'मूकनायक' या पाक्षिकाचा उदय झाला. अस्पृश्यांच्या चळवळीला बळकटी आणण्यासाठी महाराजांचे असे सक्रिय साह्य होतच राहिले.

अस्पृश्य चळवळ गतिमान करण्यासाठी कोल्हापूर संस्थानातील कागल जहागिरी- मधील 'माणगाव' या गावी मार्च १९२० मध्ये शाहू महाराजांच्या प्रेरणेने 'दक्षिण महाराष्ट्र दलित परिषदे'चे पहिले अधिवेशन भरविले गेले. सभेच्या अध्यक्षस्थानी डॉ. आंबेडकरांची नियुक्ती झालेली होती. परिषदेमध्ये भाषणाच्या सुरुवातीलाच डॉ. आंबेडकरांची प्रशंसा करताना महाराज म्हणाले, "आज माझे मित्र आंबेडकर यांनी या सभेचे अध्यक्षस्थान स्वीकारले आहे. त्यांच्या भाषणाचा लाभ मिळावा म्हणून मी शिकारीतून बुद्ध्या येथे आलो आहे. मि. आंबेडकर हे 'मूकनायक' पत्र काढतात व सर्व मागासलेल्या जातींचा परामर्श घेतात, त्याबद्दल मी त्यांचे आभार मानतो.''

डॉ. आंबेडकरांची स्तुती करताना ते म्हणाले, ''आज त्यांना पंडित ही पदवी देण्यास तरी काय हरकत आहे? आर्य समाज, बुद्ध समाज व ख्रिस्ती समाज यांनी त्यांना आपल्यात घेतले असते; परंतु ते तुमचा उद्धार करण्याकरिता तिकडे गेले नाहीत, याबद्दल तुम्ही त्यांचे आभार मानले पाहिजे. मीही मानतो.'' महाराज पुढे म्हणतात, ''तुम्ही तुमचा पुढारी शोधून काढलात ह्याबद्दल मी तुमचे अभिनंदन करतो. माझी खात्री आहे की, आंबेडकर तुमचा उद्धार केल्याशिवाय राहणार नाहीत. इतकेच नव्हे, तर अशी एक वेळ येईल, की ते सर्व हिंदुस्थानचे पुढारी होतील. शेवटी आंबेडकरांना माझी विनंती आहे की, त्यांनी जाणेच्या पूर्वी रजपुतवाडी कॅम्पवर माझेबरोबर भोजनाला येण्याची तसदी घ्यावी.''६

परिषदेतील महाराजांच्या भाषणाने अस्पृश्य जनता व डॉ. आंबेडकर प्रभावित झाले. अस्पृश्यांचे व त्यांचे मनोधैर्य वाढले. ही परिषद डॉ. आंबेडकरांच्या दृष्टीने फारच महत्त्वाची ठरली; कारण त्यांच्या जीवनकार्याचा प्रारंभ याच परिषदेत झाला होता. परिषदेच्या समारोपप्रसंगी डॉ. आंबेडकरांच्या पुढाकाराने पुढीलप्रमाणे ठराव पास करण्यात आला.

''श्रीमन्महाराज शाहू छत्रपती सरकार इलाखा करवीर यांनी आपल्या राज्यात बहिष्कृतांना समानतेचे हक्क देऊन त्यांचा उद्धार करण्याचे सकृत्य आरंभिले आहे. याबद्दल त्यांचा वाढदिवस प्रत्येक बहिष्कृत व्यक्तीने सणाप्रमाणे साजरा करावा.''७

सन १९१९ साली 'लॉर्ड साऊथबरो समिती' भारतात येऊन गेली. अस्पृश्यांच्या राजकीय हक्कासंबंधीची समितीपुढे साक्ष देण्यासाठी विठ्ठल रामजी शिंदे वन्या. चंदावरकर यांची नियुक्ती केली गेली होती. शिंदे यांनी अस्पृश्यांचे प्रतिनिधी, ''विधिमंडळाच्या सभासदांनी निवडावे. राज्यपालांनी अगर अस्पृश्यांच्या संस्थांनी ते निवडू नयेत,'' अशी साक्ष दिली होती. जर शिंदे यांच्या साक्षी अनुसार विधिमंडळाने प्रतिनिधी निवडले, तर त्यास अस्पृश्यांच्या गुलामगिरीची व दुःखाची खरी जाणीव नसल्याने ते अस्पृश्यांच्या हितसंबंधांचे रक्षण करू शकणार नाहीत, असे डॉ. आंबेडकरांना वाटत होते. म्हणून अस्पृश्यांना त्यांच्या राजकीय हक्कांची जाणीव करून देण्यासाठी शाहू महाराजांच्या अध्यक्षतेखाली नागपूर येथे 'अखिल भारतीय बहिष्कृत समाजा'ची एक परिषद घेण्याचे ठरविले आणि त्याप्रमाणे ३० मे १९२० रोजी नागपूर येथे परिषद

भरवली गेली. आपल्या अध्यक्षीय भाषणात महाराज म्हणाले,

"अस्पृश्य हा शब्द कोणाही माणसाला लावणे हे फार निंद्य आहे. तुम्ही अस्पृश्य नाही. तुम्हास अस्पृश्य मानणाऱ्या पुष्कळ लोकांपेक्षा जास्त बुद्धिमान, जास्त पराक्रमी, जास्त सुविचारी, जास्त स्वार्थत्यागी असे तुम्ही हिंदी राष्ट्राचे घटकावयव आहात. मी तुम्हाला अस्पृश्य समजत नाही. आपण निदान बरोबरीची भावंडे आहोत. आपले हक्क समसमान तरी खास आहेतच. अशा भावना धरून पुढील कामास लागले पाहिजे. ह्या देशाची उन्नती लवकरच किंवा उशिरा होणे, हे येथील जातिभेद ज्या प्रमाणात नाहीसा होईल, त्यावर अवलंबून आहे."

महाराज शेवटी म्हणाले, "आपण मला आज 'आपला' म्हटले आहे, त्याप्रमाणे शेवटपर्यंत प्रेम दृढ ठेवा. मीदेखील कितीही अडचणी आल्या, कितीही त्रास झाला तरी त्याला न जुमानता आपल्या उन्नतीच्या महत्कार्यास शक्य तेवढा हातभार लावण्यास माघार घेणार नाही."[८]

याच परिषदेत शिंद्यांच्या धोरणावर डॉ. आंबेडकरांनी घणाघाती टीका केली आणि शेवटी परिषदेने शिंद्यांचा निषेध करून सरकारने त्यांचे मत स्वीकारू नये, असा ठराव पास केला. महाराजांनी अस्पृश्योद्धाराच्या कार्यात आपले सर्वस्व वाहिल्याचे पाहून महाराष्ट्रातील सनातनी संस्कृतीच्या अभिमानी वृत्तपत्रांनी त्यांच्यावर कडाडून टीका करण्यास सुरुवात केली होती. तरीही त्यांनी न डगमगता अस्पृश्यतानिर्मूलनाचे कार्य जोमाने चालूच ठेवल्याचे दिसून येते. दलितांच्या उद्धारासाठी अखिल भारतीय पातळीवर 'डिप्रेस्ड क्लास इन्स्टिटयूट' नावाची संस्था स्थापन करावी, असा मनोदय डॉ. आंबेडकरांनी व्यक्त करताच महाराजांनी उत्स्फूर्तपणे त्यांना लिहिले,

"आपण जे डेप्युटेशन फंड गोळा करण्याकरिता पाठविणार आहे, त्यात माझे नाव घालण्यास मी मोठ्या संतोषाने परवानगी देतो. आपण जी काही संस्था सदरहू कामाकरिता स्थापन कराल, तिचा व्हाइस प्रेसिडेन्ट, असिस्टंट सेक्रेटरीदेखील होण्यास मी तयार आहे. मला वाटते, आपण एक 'ऑल इंडिया डिप्रेस्ड क्लासेस एज्युकेशन फंड' संस्था स्थापन करून तिच्याकरिता चांगली वजनदार व काम करणारी माणसे कामगार म्हणून निवडावीत आणि संस्थेच्या वतीने ठिकठिकाणी डेप्युटेशने पाठवीत जावी, म्हणजे फंड गोळा करण्यास सोयीचे होईल.

मला स्वत:ला असिस्टंट सेक्रेटरी होण्याची फार इच्छा आहे व मी हे काम मोठ्या आनंदाने करीन.''[९]

शाहू महाराज व डॉ. आंबेडकर यांच्यामध्ये अशा प्रकारचे स्नेहाचे व जिव्हाळ्याचे नाते निर्माण झाले होते.

दलितांची बाजू घेऊन शाहू महाराजांनी वर्णवर्चस्ववाद्यांविरुद्ध संघर्ष पुकारला होता. स्वाभाविकच प्रतिगामी प्रवृत्तीच्या वृत्तपत्रांतून महाराजांवर कठोर हल्ले होऊ लागले होते. अशा एका प्रसंगी आपल्या 'मूकनायक' या वृत्तपत्रात डॉ. आंबेडकर लिहितात,

''आम्हाला त्यांच्याप्रमाणे सुखदु:खाची भावना आहे किंवा नाही, याची विचारपूस करणे वर्णश्रेष्ठ म्हणविणाऱ्या आमच्या ब्राह्मण बंधूंपैकी एकालाही वाटले नाही किंवा वाटून जगाला तसे सांगण्याचे धैर्य झाले नाही. पण त्यांना धैर्य तरी कसे होणार? कारण धैर्याने काम करण्याला निधड्या छातीचाच मनुष्य असावा लागतो. अर्थात जो खरा क्षत्रिय, तोच या कामाचा अधिकारी, त्याला अनुसरून क्षत्रियकुलावतंस शाहू छत्रपतींनी आपल्या आत्मतेजस्वी परिसाच्या स्पर्शाने अनेक शतकांपासून लोष्टवत पडलेल्या, नव्हे उच्चवर्णीय म्हणविणाऱ्यांकडून ठेवलेल्या अस्पृश्य वर्गास जागृत करून त्यांच्या ठायी असलेल्या आत्म्याचे व सुखदु:ख भावनेचे प्रदर्शन खऱ्या अंत:करणपूर्वक कळकळीने जगापुढे मांडून त्यांच्यात स्वाभिमानाची ज्योत प्रकाशित केली.''[१०]

माणगाव परिषद मार्च १९२० मध्ये झाली आणि पुढील जुलै महिन्यात डॉ. आंबेडकर आपले अपुरे राहिलेले उच्च शिक्षण पूर्ण करण्यासाठी इंग्लंडला गेले. या दरम्यानच्या काळातही उभयतांचा पत्रव्यवहार चालू होता. डॉ. आंबेडकरांना शाहू महाराजांनी पासपोर्ट मिळवून देण्यापासून प्रत्यक्ष अर्थसाह्य करण्यापर्यंत सर्व प्रकारची मदत केली. एवढेच नव्हे, तर लंडनमधील आपले मित्र सर ऑल्फ्रेड पीज यांना डॉ. आंबेडकरांचा परिचय करून देणारे खास पत्र देऊन महाराजांनी त्यांना त्यांच्या कार्यात सर्वतोपरी मदत करण्याची विनंती केली.[११]

इंग्लंडमधील वास्तव्यात महाराजांनी डॉ. आंबेडकरांच्यावर एक महत्त्वाची जबाबदारी सोपविली. इंग्लंडमधील सार्वजनिक क्षेत्रातील मातब्बर व्यक्तींना भेटून त्यांच्यासमोर भारतातील मागासलेल्या वर्गाची, विशेषत: अस्पृश्यांच्या दयनीय स्थितीची कैफियत मांडण्याची आणि मॉटफर्ड

सुधारणांमुळे या वर्गाचा फायदा न होता, मूठभर ब्राह्मण वर्गाचीच जुलमी सत्ता वाढण्याची शक्यता आहे, याची जाणीव करून देण्याचीही ती जबाबदारी होती.

इंग्लंडमधील आपल्या वास्तव्यात तेथील लोकमत ब्राह्मणेतर समाजाच्या बाजूने अनुकूल होण्यासाठी डॉ. आंबेडकर किती धडपड करीत होते, याची कल्पना देणारे ३ फेबुवारी १९२१चे एक पत्र उपलब्ध आहे. त्या पत्रात डॉ. आंबेडकर लिहितात, ''माँटेग्यू हा नेमस्त पुढाऱ्यांच्या सूचनेप्रमाणे वागतो. तथापि तो आता ब्राह्मणेतर चळवळी संबंधाने तुच्छतेने बोलणार नाही, अशी माझी खात्री आहे. खरे म्हणजे ब्राह्मणेतर चळवळ समजून घेण्याची येथे कोणी पर्वा करीत नाही... ज्या वेळी सुधारणा विधेयक तयार होत होते, त्या महत्त्वाच्या वेळी ब्राह्मणेतर चळवळीचे महत्त्व पटवून देणारा कोणी समर्थक, प्रतिपादक तेथे नव्हता; ही खेदाची गोष्ट आहे. त्यामुळे ब्राह्मणेतर चळवळीच्या विरोधकांना ती चळवळ ब्राह्मणविरोधी आहे असे सांगण्याचे काम सोपे झाले. त्या चळवळीची लोकशाहीनिष्ठ बाजू चातुर्याने दडपून टाकण्यात आली आणि तिचा विपर्यास करण्यात आला. तेच विपर्यस्त स्वरूप सर्वसाधारण इंग्रजांच्या मनात सध्या वावरत आहे.''

''आता राजकीय सुधारणांचा मसुदा कायम होऊन चुकल्यामुळे हिंदुस्थानात किती भेदाभेद आहेत, हे जाणून घेण्याची तसदी कोणी घेत नाही. तरी भावी काळासाठी आत्तापसूनच तयारीला लागले पाहिजे. यास्तव मी संधी मिळेल तेव्हा प्रत्येक वजनदार इंग्रज व्यक्तीला हिंदुस्थानातील सामाजिक व राजकीय प्रश्नांचे संबंध परस्परात कसे गुंतलेले आहेत याची योग्य ती कल्पना देतो. घटना घडून गेल्यानंतर हे माझे प्रयत्न असल्यामुळे त्याचे परिणाम त्वरित दिसणे शक्य नाही. तथापि, ते निष्फळ झाले की कसे, ते काळच ठरवील.''[१२]

डॉ. आंबेडकर इंग्लंडमध्ये विद्याभ्यास पुरा करीत असताना इकडे भारतात शाहू महाराजांचे कार्य जोमाने चालू होते. विशेष म्हणजे अस्पृश्य समाजास ते डॉ. आंबेडकरांचे उदाहरण देऊन त्यांच्या ठिकाणी आत्मविश्वास व आत्मसन्मान निर्माण करण्याचे प्रयत्न सतत करीत असल्याचे दिसते.

फेब्रुवारी १९२२ मध्ये दिल्लीत 'अखिल भारतीय अस्पृश्य समाजा'चे

तिसरे अधिवेशन साजरे झाले. शाहू महाराज त्याचे अध्यक्ष होते. अध्यक्षीय भाषणात महाराज म्हणतात,

"तुमचे अध्यक्षपद स्वीकारणे आणि तुमच्यापुढे भाषण करणे हा मान खरोखरीच आंबेडकरांचा आहे. आंबेडकर यांना तुमच्यापैकी आपण एक आहोत असे सांगण्यात अभिमान वाटतो. ते माझ्यापेक्षा जास्त शिकलेले आहेत. या वेळी लंडनमध्ये असल्यामुळे तुमच्या परिषदेस ते उपस्थित राहू शकत नाहीत, पण ते कोठेही असोत, अस्पृश्य वर्गाला जे दु:ख होत आहे, त्याची जाणीव त्यांच्या हृदयात सतत टोचत असते; याची मला खात्री आहे." याच भाषणाच्या शेवटी महाराज म्हणाले होते, "आपण आपले पुढारी मि. भीमराव आंबेडकर यांचे उदाहरण डोळ्यापुढे ठेवून त्याप्रमाणे होण्याचा प्रयत्न करावा. मी आपला गुलाम आहे. मी आपला दास आहे. माझेकडून आपण सेवा करून घ्यावी."[१३]

डॉ. आंबेडकरांना महाराज म्हणजे आपले पालकच वाटत होते. त्यांना ज्या ज्या वेळी आर्थिक अडचण निर्माण होई, त्या त्या वेळी महाराजांकडे ते हक्काने पैशाची मागणी करीत असत. इंग्लंडमध्ये चलनाचे भाव घसरल्यामुळे डॉ. आंबेडकरांना पैशाची चणचण भासू लागली, म्हणून त्यांनी ४ सप्टेंबर १९२१ रोजी महाराजांना २०० पौंडांची रक्कम पाठवून देण्याविषयी लिहिले आहे. या पत्राच्या शेवटी डॉ. आंबेडकर महाराजांना म्हणतात, "आपली आम्हाला फारच जरुरी आहे; कारण हिंदुस्थानात प्रगती करीत असलेल्या सामाजिक लोकशाहीच्या महान चळवळीचे आपण एक आधारस्तंभ आहात."[१४]

शाहू महाराजांना भारतातील 'सामाजिक लोकशाहीचे एक आधारस्तंभ' असे म्हणून डॉ. आंबेडकरांनी त्यांच्या कार्याचे अचूक मूल्यमापन केले होते. महाराजांनाही डॉ. आंबेडकरांचा उज्ज्वल भविष्यकाळ दिसत होता. उद्याच्या भारतातील अखिल दलित समाजाचे ते महान नेते होतील, असा त्यांना विश्वास वाटत होता. म्हणून त्यांना लिहिलेल्या एका पत्रात लो. टिळकांची 'लोकमान्य' ही पदवी त्यांनी डॉ. आंबेडकरांच्या मागे लावलेली दिसते."[१५]

६ मे १९२२ रोजी शाहू महाराजांचे मुंबईत अकाली निधन झाले. महाराष्ट्रातील बहुजन समाजास व ब्राह्मणेतर चळवळीस मोठा धक्का

असला. इंग्लंडमधील डॉ. आंबेडकरांना तर हा धक्का अधिक तीव्रतेने जाणवला. महाराजांच्या निधनाने घायाळ झालेले डॉ. आंबेडकर राजाराम महाराजांना लिहिलेल्या सांत्वनपर पत्रात म्हणतात, ''येथील वर्तमानपत्रांत महाराजांच्या मृत्यूची बातमी वाचून मला मोठाच धक्का बसला. ही संकटाची घटना मला दोन कारणांमुळे दुःखदायक झाली आहे. त्यांच्या मरणाने मी एका वैयक्तिक मित्राला आंचवलो आणि अस्पृश्य समाज आपल्या एका महान हितचिंतकाला व सर्वांत महान कैवाऱ्याला मुकला आहे. मी स्वतः दुःखाने व्याकूळ झालो असताना आपल्या व विधवा महाराणी साहेबांच्या दुःखात अपार आणि कळकळीची सहानुभूती व्यक्त करीत आहे.''१६

महाराजांच्या मृत्यूनंतरही डॉ. आंबेडकरांना महाराजांचे व त्यांच्या कार्याचे कधीच विस्मरण झाले नाही. स. १९२७ साली 'बहिष्कृत भारत' मधील अग्रलेखात 'महार वतना'ची चर्चा करीत असता डॉ. आंबेडकर म्हणतात, ''शाहू महाराजांसारखा सखा अस्पृश्यांना पूर्वी कधी लाभला नव्हता व पुढे लाभेल की नाही, याबद्दल आम्हाला शंका आहे.''

पुढे १९४० साली कोल्हापुरात 'दलित प्रजा परिषद' भरली होती, त्या प्रसंगी डॉ. आंबेडकर उद्गारले होते, ''कोल्हापूरसंबंधी एक गोष्ट अगदी निश्चित आहे व या गोष्टीबद्दल अस्पृश्यांना व मला कोल्हापूरचा अभिमान वाटतो. शाहू महाराजांनी कोल्हापुरातच खरी लोकशाहीची मुहूर्तमेढ रोवली, ही ती गोष्ट होय.''१७

शाहू महाराजांनी आपल्या छोट्याशा संस्थानात वेठबिगार निर्मूलन, हजेरी प्रथा निर्मूलन, अस्पृश्यता निर्मूलन, महार वतन खालसा यासारख्या सामाजिक अन्याय नष्ट करणाऱ्या सुधारणांचे कायदे केले; अशा सुधारणांविषयी डॉ. आंबेडकरांनी पुढे देशपातळीवर अस्पृश्योद्धाराची चळवळ उभारून आग्रह धरलेला दिसतो. 'महार वतन बिला'चा त्यांनी शासकीय व सामाजिक पातळीवरून केलेला पाठपुरावा व भारतीय राज्यघटनेत दलितांसाठी निर्माण केलेल्या खास सवलती व राखीव जागा ही त्यांची कार्ये वानगीदाखल देता येतील.

सारांश, म. फुले व राजर्षी शाहू महाराज यांचाच दलितमुक्तीचा व सामाजिक स्वातंत्र्याचा लढा डॉ. आंबेडकरांनी पुढे चालविला; एवढेच

नव्हे, तर त्यांनी सामाजिक चळवळीचा प्रवाह राष्ट्रीय पातळीवर नेऊन त्याचा विस्तार केला, असेच म्हणावे लागले.

संदर्भ :

१. राजर्षी शाहू महाराजांची भाषणे - संपा. भगवानराव जाधव, १९७१, पृ. ६१
२. राजर्षी शाहू महाराज ग्रंथ - संपा. पी.बी. साळुंखे, १९७६, पृ. ४९६
३. कित्ता, पृ. ४९७
४. कित्ता, पृ. ४९८
५. डॉ. भीमराव रामजी आंबेडकर चरित्र - चां. भ. खैरेमोडे, खं. १, पृ. २३५
६. राजर्षी शाहू महाराजांची भाषणे, पृ. ५६-६२
७. बहिष्कृत भारत आणि मूकनायक - महाराष्ट्र शासन प्रकाशन, पृ. ३७९
८. राजर्षी शाहू महाराजांची भाषणे, पृ. ८६-९८
९. राजर्षी - एक व्यक्तिदर्शन - श्याम येडेकर, पृ. १४१
१०. डॉ. बाबासाहेब आंबेडकरांचे मूकनायक पाक्षिकातील दर्मिळ अग्रलेख, रघुवंशी प्रकाशन, पुणे, पृ. ४२
११. डॉ. भीमराव रामजी आंबेडकर चरित्र, खं. २, पृ. १३
१२. राजर्षी शाहू छत्रपती - धनंजय कीर, १९७९, पृ. ४८९
१३. राजर्षी शाहू महाराजांची भाषणे, पृ. १३०-१३३
१४. राजर्षी शाहू छत्रपती, पृ. ५०६
१५. शाहू छत्रपती आणि लोकमान्य टिळक - य. दि. फडके, १९८६, पृ. २७१
१६. राजर्षी शाहू छत्रपती, पृ. ५२८
१७. जनता पत्रातील लेख : डॉ. बाबासाहेब आंबेडकर - संपा. अरुण कांबळे, १९९२, पृ. १४२

विशेष टीप :- अखिल महाराष्ट्र इतिहास परिषद, उदगीर अधिवेशनात वाचलेला शोधनिबंध, जानेवारी १९९८

◆

राजर्षी शाहू महाराज व स्त्रीशिक्षण

अज्ञानात थिजलेल्या दीनदलित व मागासलेल्या अशा बहुजन समाजाला जोतिबा फुले व सावित्रीबाई यांनी शिक्षणाची संजीवनी दिली आणि महाराष्ट्रातील समाजक्रांतीचा प्रारंभ केला. तोच समाजक्रांतीचा वारसा राजर्षी शाहू महाराजांनी पुढे चालू ठेवला आणि बहुजन समाजाच्या शैक्षणिक जागृतीचे नेतृत्व स्वीकारून प्राथमिक शिक्षणापासून उच्च शिक्षणापर्यंत ज्ञानगंगा रयतेच्या झोपडीपर्यंत नेली. अस्पृश्य समाजासाठी व स्त्रियांसाठी शिक्षणाची दारे खुली केली. बहुजन समाजाच्या उत्थापनासाठी त्यांनी आपली राजसत्ता वापरली.

खरे पाहता राजर्षी शाहू महाराजांच्या शिक्षणप्रसाराच्या कार्यामागे महात्मा फुल्यांच्याप्रमाणेच त्यांचे कर्तृत्ववान पिता आबासाहेब ऊर्फ जयसिंगराव घाटगे यांचीही प्रेरणा होती. शाहू महाराजांनी म. फुल्यांचे शिक्षणप्रसाराचे कार्य पुढे नेले हे खरे; पण त्यांच्या कारकिर्दीच्या आरंभी त्यांना म. फुल्यांच्या कार्याची माहिती होती, असे वाटत नाही. म. फुल्यांच्या कार्याचा त्यांना झालेला परिचय ही नंतरची घटना आहे. त्यापूर्वी त्यांना राज्यकारभारात पुरोगामी धोरणांचा जो वारसा लाभला होता, तो त्यांच्या पित्याकडून, म्हणजे कागल जहागिरीचे अधिपती व कोल्हापूर संस्थानचे रीजंट आबासाहेब घाटगे यांच्याकडून.

आबासाहेबांचा शिक्षणाविषयीचा दृष्टिकोन पुरोगामी स्वरूपाचा होता.

कागलसारख्या छोट्या संस्थानात त्यांनी अकरा मुलांच्या व एक मुलींची शाळा सुरू केली होती. पुढे आबासाहेबांनी १८७८ साली कोल्हापूर संस्थानच्या राज्यकारभाराची सूत्रे रीजंट म्हणून हाती घेतल्यानंतर त्यांनी संस्थानी जनतेला शिक्षणाच्या अनेक सोयी उपलब्ध करून दिल्या. स्त्रियांना शिक्षण देण्याचाही त्यांनी अग्रक्रमाने विचार केला. मुलींना शिक्षण द्यायचे, तर पुरुष शिक्षक असलेल्या शाळेत पालक आपल्या मुलींना पाठविणार नाहीत, त्यासाठी स्त्री शिक्षिकाच हव्यात, ही तत्कालीन समाजाची मानसिकता ओळखून त्यांनी १८८२ साली स्त्रीशिक्षिका तयार करण्यासाठी 'फीमेल ट्रेनिंग स्कूलची' स्थापना केली. कोल्हापूर संस्थानच्या बाहेरच्या मुलींच्या शिक्षण संस्थांनाही त्यांनी मदत केली होती. उदाहरणार्थ, पुण्याच्या फीमेल हायस्कूलसाठी त्यांनी ७५०० रुपयांची मदत कोल्हापूर दरबारमार्फत दिलेली होती.[१]

शाहू महाराजांच्या राज्यारोहणानंतर दुष्काळ आणि प्लेग या दुर्धर संकटांना त्यांना तोंड द्यावे लागले. या आघाडीवरही हा तरुण राजा अत्यंत आत्मीयतेने प्रजेचे पालन करीत होता व आपल्या संस्थानातील प्रजेच्या परिस्थितीचे अवलोकन करीत होता. पुढे लवकरच 'वेदोक्त प्रकरणा'चा स्फोट झाला आणि बहुजन समाज शिक्षणाने शहाणा झाल्याशिवाय वर्णवर्चस्ववादी ब्रह्मवर्गाच्या गुलामगिरीतून तो मुक्त होणार नाही, याची जाणीव महाराजांना झाली. त्या दृष्टीने त्यांनी शिक्षणप्रसाराचे कार्य हाती घेतले. त्यांनी बहुजन समाजाच्या मुलांसाठी कोल्हापुरात प्रथम मराठा व नंतर जैन, लिंगायत, मुस्लिम आदी वसतिगृहांची स्थापना केली. बहुजन समाजात शिक्षणप्रसार करण्याचे त्यांचे हे कार्य पुढे हयातभर चालूच राहिले.

शाहू महाराजांनी करवीर राज्याची सूत्रे हाती घेतली, त्या वेळी बहुजन समाजास शिक्षण घेण्याची जाणीवही नव्हती. आपल्या मुलांना शिक्षण देण्याने त्यांची उन्नती होईल, याचे आकलन अज्ञ बहुजनांना नव्हते. अशा परिस्थितीत मुलींना शिक्षण देणे, हे त्यांच्या स्वप्नातही येत नव्हते. अशा प्रकारे स्त्रियांची स्थिती फारच दयनीय होती. स्त्रिया या शूद्र मानल्या गेल्या होत्या. बालविवाह या प्रथेमुळे तर मुलींचे शिक्षण ही अशक्य कोटीतील गोष्ट होती. काही वर्गातील मुलींचे शिक्षण हे प्राथमिक शाळेपुरतेच मर्यादित होते. स. १८९३-९४ साली

करवीर संस्थानात मुलींच्या फक्त २६ शाळा होत्या आणि एक अध्यापक विद्यालय होते.[२]

राज्यावर येताच पहिल्या चार-पाच वर्षांतच शाहू महाराजांनी मुलींच्या शिक्षणाकडे जाणीवपूर्वक लक्ष दिलेले दिसते. आपल्या कारकिर्दीच्या पहिल्या तीन-चार वर्षांच्या प्रारंभीच्या काळातच त्यांनी कोल्हापूरबाहेर भुदरगड, आजरा यासारख्या डोंगरी ग्रामीण भागात मुलींच्या शाळा सुरू केल्या.[३] आपल्या संस्थानातील मुलींच्या शिक्षणास उत्तेजन द्यावे, या उद्देशाने महाराजांनी आपली कन्या आक्कासाहेब महाराज यांच्या विवाहाप्रीत्यर्थ त्यांच्या नावाने आणि भावनगरच्या महाराणी नंदकुँवर यांच्या नावाने शिष्यवृत्त्या जाहीर केल्या होत्या. या शिष्यवृत्त्यांविषयी शाळा खात्याने तयार केलेल्या नियमावलीत म्हटले होते,"प्रत्येक स्कॉलरशिप दरसाल ४० रुपयांची असून ती एक वर्षपर्यंत चालू राहील."

"कोल्हापूर शहर व बावडा इन्फंट्री यातील शाळांतील मुलींच्या मराठी इयत्तेची वार्षिक परीक्षा घेतल्या वेळी तीत सर्वांत वर येणाऱ्या दोन मुलींना पहिल्या दोन नावांच्या स्कॉलरशिप देण्यात येतील. सदरहू सर्व मुलींची परीक्षा एज्युकेशनल इन्स्पेक्टर यांचेकडून एकाच वेळी एकत्र घेऊन नंबर लावले जातील व स्कॉलरशिपचा निकाल लावण्यात येईल..."[४] त्या वेळी शिक्षकांचा पगार हा साधारणपणे आठ ते दहा रुपये होता. अशा वेळी मुलींना वार्षिक ४० रुपयांची स्कॉलरशिप ही मोठी रक्कम होती, असे म्हणावे लागेल.

शिक्षकांनी जास्तीत जास्त मुलींना शिक्षण देण्यासाठी प्रयत्नशील असावे, म्हणून महाराजांनी शिक्षकांनाही प्रोत्साहन दिल्याचे दिसून येते. महाराजांनी प्राथमिक शिक्षण मोफत व सक्तीचे केलेच, शिवाय खास मुलींच्या शाळाही काही प्रमाणात सुरू केल्या होत्या. जिथे खास मुलींच्या शाळा अस्तित्वात नव्हत्या, तिथे मुलींना मुलांबरोबर शिक्षण घ्यावे लागत होते; परंतु तत्कालीन पालकांची आपल्या मुलींना मुलांबरोबर शिक्षण देण्याची मानसिक तयारी झाली नव्हती, म्हणून मुलींनी शाळेत यावे, मुलांच्या बरोबरीने शिक्षण घ्यावे, यासाठी खास उत्तेजन दिले जात होते. विशेषत: मुलींच्या शिक्षणात शिक्षकांनी अधिक रस घ्यावा, यासाठी मुलांच्या शाळेत पास होणाऱ्या मुलींच्या संख्येत त्या शिक्षकांना खास 'इनाम' म्हणून बक्षिसी दिली जात असे. शाहू महाराजांनी ही

पद्धत १९१४ सालापासून सुरू केली. १९१७ चा शाहू महाराजांचा या संदर्भातील एक आदेश उपलब्ध आहे. त्यात म्हटले आहे, "मुलांच्या शाळेत मुली पास झाल्याबद्दल मास्तर लोकांस इनाम देण्यासाठी रक्कम ५१२ रुपये मंजूर केलेली आहे."[५]

शाहू महाराजांची स्त्रीशिक्षणविषयक धोरणाची कक्षा व्यापक होती. केवळ आपल्याच संस्थानापुरता त्यांनी विचार केलेला नव्हता. संस्थानाबाहेरही त्यांनी स्त्रीशिक्षणास सक्रिय पाठिंबा दिल्याचे दिसून येते. त्यांनी महाराष्ट्राबाहेर गुजरातेतील भावनगर संस्थानच्या खजिन्यात २४०० रुपयांची ठेव ठेवली होती. या ठेवीच्या व्याजातून भावनगरच्या मुलींना शिष्यवृत्ती म्हणून लक्ष्मीबाई राणीसाहेबांच्या नावे पारितोषिक देण्याची तरतूद केली होती.[६] संस्थानाबाहेर अनेक शैक्षणिक संस्थांना साह्य केल्याचे दिसून येते.

शाहू महाराजांचे मागासलेल्या अस्पृश्य जातींकडे विशेष लक्ष होते. १९०७ साली महाराजांनी चांभार व ढोर जातीमधील मुलींसाठी एक शाळा सुरू केल्याचा व त्यासाठी दरसाल ९६ रुपये बजेट मंजूर केल्याचा एक हुकूम उपलब्ध आहे.[७]

या समाजातील मुलींनी शिकावे, अशी महाराजांची तीव्र इच्छा होती. यासाठी प्रत्येक गावी त्यांनी ठरावीक भागासाठी स्त्री सेविकेची नियुक्ती केली. तिने चांभार व अन्य अस्पृश्य जातींच्या स्त्रियांना गोळा करावे, हसतखेळत नेहमीच्या वागण्यातून व व्यवहारातून कौशल्याने शिक्षणाबद्दल गोष्टी सांगाव्यात आणि मुलींना शाळेत पाठविण्याची मानसिकता त्यांच्यात निर्माण करावी; त्यांचे मन गोड बोलून वळवावे आणि शाळेत जाण्यास जास्तीत जास्त मुलींना एकत्र करून त्यांना शाळेत पोहोचवावे असे महाराजांनी एका हुजूर आज्ञेत म्हटले आहे.[८]

महाराजांनी प्रौढ स्त्रियांसाठी, विशेषत्वेकरून मागासलेल्या जातीच्या ज्या स्त्रिया शिक्षण घेऊ इच्छितात त्या स्त्रियांसाठी, महाराणींच्या नावे एक खास हुकूम गॅझेट केला होता. त्याअन्वये अशा स्त्रियांची रहाण्या-जेवण्याची व शिक्षणाची सर्व व्यवस्था मोफत केली जाणार होती. या संदर्भात महाराजांनी महाराणींच्या नावे काढलेल्या आदेशात म्हटले आहे, "मागासलेल्या जातीतील बायका, ज्यांना विद्या शिकण्याची इच्छा असेल, त्यांनी आप्पासाहेब मामासाहेब सुर्वे यांच्याकडे अर्ज

करावेत. म्हणजे ते त्यांची बोर्डिंगची व लॉजिंगची सर्व व्यवस्था करतील.''[९]

महाराजांनी स्त्रीशिक्षणास प्रोत्साहन देताना जातिधर्माच्या मर्यादा ठेवल्या नव्हत्या. त्यांनी आत्रिकाबाई डॅनियल बेकर या ख्रिस्ती मुलीला पुण्याच्या ट्रेनिंग कॉलेजच्या प्रशिक्षणासाठी पाठविल्याचा उल्लेख मिळतो. तिचे शिक्षण होईपर्यंत महाराजांनी तिला दरमहा १६ रुपये याप्रमाणे शिष्यवृत्तीही दिली होती. याप्रमाणेच त्यांनी राधाबाई सूर्यवंशी, ताराबाई खानोलकर इत्यादी पाच मुलींना मुंबईच्या 'सेंट कोलम्बो गर्ल्स हायस्कूल' येथे शिक्षणासाठी पाठविले होते – (२७ मार्च १९२०). या मुलींच्या शिक्षणाचा सर्व खर्च दरबारने केला होता. दरबारने सेंट कोलम्बो हायस्कूलला ५००रुपये देणगीही दिली होती.[१०]

कोल्हापूर येथे जुन्या राजवाड्याच्या परिसरात एक मुलींची शाळा सुरू होती. तिचेच रूपांतर पुढे 'महाराणी लक्ष्मीबाई गर्ल्स हायस्कूल' मध्ये झाले. त्या शाळेत जास्तीत जास्त आधुनिक व आदर्श शिक्षण दिले जावे, यासाठी पुणे, मुंबई अशा अनेक ठिकाणच्या मिशनरी शाळांचे अभ्यासक्रम आणि तेथील निरनिराळे प्रयोग यांचा अभ्यास करून एक अहवाल तयार करावा, म्हणून महाराजांनी रामचंद्र बाबाचार्य पंडितराव या प्रोफेसरांची खास नियुक्तीही केली होती. त्यासाठी त्यांचा खर्चही दरबारने केला होता, अशी एक नोंद मिळते.[११]

स्त्रियांच्या व्यावसायिक शिक्षणाचाही महाराजांनी विचार केला होता. त्यासाठी त्यांनी सरकारी हॉस्पिटलमध्ये एक नर्सिंग कोर्स सुरू केला होता. कोल्हापूर सरकारच्या गॅझेटमध्ये या संदर्भात दरबार सर्जन डॉ. टेंगशे यांची एक नोटीस प्रसिद्ध झालेली आहे. त्यात म्हटले आहे, ''कोल्हापूर ए.ई.हॉस्पिटलमध्ये तारीख व माहे डिसेंबर सन १९१७ पासून नवीन नर्सिंग कोर्स सुरू होणार आहे; करिता त्यामध्ये ज्यांची शिकण्याची इच्छा असेल, त्यांनी चांगल्या वर्तणुकीबद्दल सभ्य गृहस्थाचा दाखला व मराठी चौथी इयत्तेचा पास असलेबद्दल हेड मास्तराचा दाखला घेऊन सदर दिवशी हजर राहावे. विद्यार्थिनींची प्रवेश परीक्षा घेऊन पहिल्या सहा नंबरांस स्कॉलरशिप देण्यात येईल.''[१२]

स्त्रियांच्या उच्च शिक्षणाबाबतचा महाराजांचा दृष्टिकोन उदार होता. त्यांनी राजाराम कॉलेजमध्ये उच्च शिक्षण घेणाऱ्या सर्व मुलींना शिक्षण मोफत केले होते. एवढेच नव्हे, तर त्यांनी आपल्या संस्थानातील

उच्चशिक्षित स्त्रियांना वरच्या जागा देऊन त्यांचा गौरवच केलेला दिसतो. संस्थानच्या शिक्षणाधिकारी व फीमेल ट्रेनिंग स्कूलच्या प्रिन्सिपॉल मिस् लिटल या जेव्हा मायदेशी गेल्या, तेव्हा त्यांच्या जागेवर महाराजांनी फीमेल ट्रेनिंग स्कूलमधील शिक्षिका रखमाबाई केळवकर यांची शिक्षणाधिकारी म्हणून नेमणूक केली.[१३] अशा प्रकारे एका नेटिव (देशी) स्त्रीची संस्थानची शिक्षणाधिकारी म्हणून नेमणूक होणे, ही घटना महाराष्ट्राच्या सामाजिक इतिहासात, खासकरून स्त्रीशिक्षणाच्या क्षेत्रात, अत्यंत महत्त्वाची मानली पाहिजे.

सन १८९५मध्ये पुण्यामध्ये काँग्रेसचे अधिवेशन झाले. या अधिवेशनात प्रतिनिधी म्हणून स्त्रियांचे प्रमाण अत्यल्प होते. महाराजांनी आपल्या संस्थानच्या स्त्री-प्रतिनिधी म्हणून उच्चशिक्षित केळवकर भगिनी, कृष्णाबाई आणि यमुनाबाई, यांना पाठविल्याची माहिती मिळते.[१४]

शाहू महाराजांच्या स्त्रीशिक्षणाच्या कार्याची गाथा डॉ. कृष्णाबाई केळवकर व देवी इंदुमती राणीसाहेब यांच्या संदर्भात त्यांनी केलेल्या उपाययोजनांची नोंद घेतल्याशिवाय पुरी होत नाही. कोल्हापुरातील केळवकर घराणे हे त्या काळी एक अपवादात्मक उच्चशिक्षित मराठा घराणे होते. डॉ. कृष्णाजी दादाजी व रखमाबाई केळवकर या दांपत्याने आपल्या तीनही मुलींना पुण्याला पाठवून उच्च शिक्षण दिले होते. त्यातील कृष्णाबाई या अत्यंत बुद्धिमान व फर्ग्युसनच्या पहिल्या व राजाराम कॉलेजच्याही पहिल्या विद्यार्थिनी होत्या. शाहू महाराजांनी कृष्णाबाईंना खास शिष्यवृत्ती देऊन मुंबईच्या ग्रँट मेडिकल कॉलेजमध्ये पाठविले. १९०१ साली कृष्णाबाईंनी तेथे L.M.& S. ही पदवी विशेष सन्मानाने प्राप्त केली.

महाराजांनी कोल्हापुरातील 'अलबर्ट एडवर्ड मेमोरिअल हॉस्पिटल' मध्ये स्त्री वैद्यकीय अधिकारी म्हणून डॉ. कृष्णाबाईंची नियुक्ती केली. १८८७ साली परदेशातील उच्च वैद्यकीय पदवी संपादन केलेल्या हिंदुस्थानातील पहिल्या स्त्री डॉक्टर आनंदीबाई जोशी यांची या हॉस्पिटलमध्ये स्त्री वैद्यकीय अधिकारी म्हणून नियुक्ती केली गेली होती आणि स्त्रियांचा स्वतंत्र विभागही काढावयाचा दरबारने ठरविले होते; परंतु डॉ. आनंदीबाई जोशींच्या अकाली निधनाने ते काम तसेच तहकूब झाले होते; परंतु आता डॉ. कृष्णाबाईंची नियुक्ती झाल्याबरोबर स्वतंत्र

स्त्री विभागही महाराजांनी त्यांना काढून दिला. डॉ. कृष्णाबाईंना परदेशात जाऊन उच्च वैद्यकीय शिक्षण घेण्याची इच्छा होती. म्हणून महाराजांनी त्यांना इंग्लंडला जाऊन F.R.C.S. होण्यासाठी प्रोत्साहन दिले व अर्थसाह्यही केले. खास प्रसूतिशास्त्राचा अभ्यासक्रम पुरा करून त्या कोल्हापुरास परतल्या. परदेशात उच्च वैद्यकीय शिक्षण घेतलेल्या त्या हिंदुस्थानातील दुसऱ्या स्त्री डॉक्टर होत. १९०१ ते १९२२ पर्यंत डॉ. कृष्णाबाईंनी अलबर्ट एडवर्ड मेमोरियल हॉस्पिटलमध्ये वैद्यकीय सेवा केली. त्यांच्या असामान्य वैद्यकीय सेवेबद्दल ब्रिटिश सरकारने त्यांना ब्रिटिश साम्राज्यातील 'कैसर-ई-हिंद' ही सर्वोच्च पदवी देऊन त्यांचा गौरव केला होता.[१५]

देवी इंदुमती राणीसाहेब ह्या महाराजांच्या धाकट्या पुत्राच्या पत्नी. दुर्दैवाने १९१८ साली त्यांना वयाच्या अवघ्या १२व्या वर्षी वैधव्य प्राप्त झाले. महाराजांनी या भयानक कौटुंबिक आपत्तीस मोठ्या धैर्याने तोंड दिले. त्यांनी इंदुमती राणीसाहेबांना शिक्षण देण्याचा व त्यांचे एक सुसंस्कृत स्त्री म्हणून व्यक्तिमत्त्व घडविण्याचा निर्णय घेतला. हा निर्णय अमलात आणणे ही सोपी गोष्ट नव्हती; कारण खुद्द महाराणी लक्ष्मीबाईसाहेबांचाच अशा प्रकारे आपल्या विधवा सुनेने शिक्षण घ्यावे या गोष्टीला विरोध होता. तथापि, महाराजांनी या विरोधाला न जुमानता इंदुमती राणीसाहेबांच्या शिक्षणाची आपल्या सोनतळ कॅम्पवर खास सोय केली. खरे तर महाराजांना आपल्या सुनेस दिल्लीच्या मेडिकल कॉलेजमध्ये पाठवून तिला डॉक्टर करायचे होते. आपली डॉक्टर सून संस्थानातील गोरगरीब प्रजेची सेवा करेल, असे त्यांच स्वप्न होते; पण त्यांच्या अकाली निधनाने हे स्वप्न पुरे होऊ शकले नाही.[१६]

अशा प्रकारे आपल्या संस्थानातील मुलांच्या शिक्षणाबरोबरच मुलींच्या शिक्षणाचाही शाहू महाराजांनी जोमाने पुरस्कार केला. ग्रामीण भागात मुलींच्या शाळा काढणे, मुलींना शाळेत पाठविण्यास उत्तेजन देणे, जास्तीत जास्त मुलींना शाळेत आणण्यासाठी शिक्षकांना उत्तेजन देणे, मागासलेल्या अस्पृश्य समाजातील स्त्रियांसाठी शिक्षणाची तरतूद करणे, हुशार मुलींच्या उच्च शिक्षणास अर्थसाह्य करून प्रोत्साहन देणे, अशा बहुविध कार्यामुळे शाहू महाराजांच्या स्त्रीशिक्षणाविषयक धोरणावर प्रकाश पडतो. विशेषत: इंदुमती राणीसाहेबांना शिक्षण देण्याच्या त्यांच्या प्रयत्नामागे

स्त्रीशिक्षणाविषयीची त्यांची तळमळ किती अंत:करणपूर्वक होती, याचे यथार्थ दर्शन घडते. या राजाला जर दीर्घायुष्य लाभले असते, तर मुलांच्याप्रमाणे मुलींचीही वसतिगृहे कोल्हापुरामध्ये व महाराष्ट्रात त्यांनी काढली असती व स्त्रीशिक्षणाच्या इतिहासामध्ये नवा अध्याय लिहिला गेला असता.

संदर्भ :

१. राजर्षी शाहू गौरव ग्रंथ - संपा. – पी .बी. साळुंखे, आवृत्ती दुसरी, १९८८, पृ. १३; राजर्षी शाहू - राजा व माणूस, कृ.गो. सूर्यवंशी, पृ. १८७

२. राजर्षी शाहू - राजा व माणूस. पृ. १६९

३. श्रीमच्छत्रपति शाहू महाराज यांचे चरित्र – आ.बा. लट्ठे, १९२५, पृ. ९१-९४

४. राजर्षी शाहू स्मारक ग्रंथ - संपा. - जयसिंगराव पवार, २००१, पृ. ९७२-९७३

५. राजर्षी शाहू छत्रपतींचे निवडक आदेश, भाग - १, संपा. - भास्कर धाटावकर, पृ. १३९

६. राजर्षी शाहू - राजा व माणूस, (हुजुराज्ञा ६९८ : ता. ८ फेब्रुवारी १९१३), पृ. १८९

७. राजर्षी शाहू छत्रपतींचे निवडक आदेश, भाग - १, पृ. ४५

८. राजर्षी शाहू - राजा व माणूस, (हुजुराज्ञा २४९ : ता. २८ जून, १९०९), पृ. १८८-१८९

९. राजर्षी शाहू छत्रपतींचे निवडक आदेश, भाग २, पृ. ६३

१०. राजर्षी शाहू - राजा व माणूस (हुजुराज्ञा : ५ जाने., १९२० व २७ मार्च १९२०,), पृ. १८८

११. कित्ता (हुजुराज्ञा ४९ : ता. १५ जून, १९२०)

१२. करवीर सरकारचे गॅझेट, भाग -१, ता १० नोव्हें., १९१७

१३. राजर्षी शाहू स्मारक ग्रंथ, पृ. १२२

१४. केळवकर घराण्याची कागदपत्रे (अप्रकाशित)

१५. अखिल महाराष्ट्र इतिहास परिषद, निबंध संग्रह - ९, (कृष्णाबाई केळवकर), पृ. १२९-१३२

१६. अखिल महाराष्ट्र इतिहास परिषद - निबंध संग्रह - ४, (राजर्षी शाहू आणि त्यांची स्नुषा इंदुमती राणीसाहेब), पृ. १५५-१६२

विशेष टीप :- कोल्हापूरच्या भाई माधवराव बागल विद्यापीठ या संस्थेच्या विद्यमाने स. २००२मध्ये आयोजित केलेल्या 'शाहू विचार परिषदे'त वाचलेला शोधनिबंध.

◆

राजर्षी शाहू आणि राष्ट्रीय एकात्मता

राजर्षी शाहू - एक राष्ट्रपुरुष

'राष्ट्र' ही संकल्पना युरोपियनांच्या सहवासातून आपल्या देशात प्रसारित झाली असली, तरी राष्ट्रनिर्मितीसाठी आवश्यक असलेले राष्ट्रवादाचे घटक आपल्या देशात फार प्राचीन काळापासून अस्तित्वात होते, हे इतिहासाच्या अभ्यासकांनी मान्य केले आहे. याचा अर्थ असा की, आम्ही सर्व हिंदी लोक एकाच राष्ट्राचे घटकावयव होतो, ही जरी वस्तुस्थिती असली, तरी त्यांच्याविषयीची जाणीव आमच्या ठिकाणी निर्माण झालेली नव्हती. ही जाणीव पाश्चात्त्य शिक्षणाच्या प्रसाराने आमच्या ठिकाणी निर्माण झाली. अशी जाणीव निर्माण करण्यामध्ये राजा राममोहन रॉय, दादाभाई नौरोजी, न्या. रानडे, लो. टिळक, स्वामी विवेकानंद, म. गांधी, पं. नेहरू, नेताजी सुभाषचंद्र बोस इ. अनेक थोर पुरुषांनी पुढाकार घेतला. म्हणूनच त्यांना आपण 'राष्ट्रपुरुष' मानतो.

'राष्ट्र' निर्मितीच्या मार्गात आपला मुख्य अडथळा आपल्यावर इंग्रजांनी लादलेले पारतंत्र्य हा मानला गेला आणि म्हणूनच हे पारतंत्र्य नष्ट करून देशाला स्वतंत्र करण्यासाठी ज्यांनी स्वातंत्र्य चळवळीचे नेतृत्व केले, त्या सर्वांना आपण परवापर्यंत 'राष्ट्रपुरुष' मानत आलो

आणि इतिहासाच्या दृष्टीने ते योग्यच आहे.

तथापि, आपण देशाच्या स्वातंत्र्याची कल्पना फक्त 'राजकीय स्वातंत्र्य' एवढ्याच मर्यादित अर्थाने घेतली होती; पण 'स्वातंत्र्य' ही जी संकल्पना आहे, ती केवळ राजकीय नाही, त्याला सामाजिक आशयही आहे, ही कल्पना स्वीकारणारे काही थोर पुरुष आपल्या देशामध्ये होऊन गेले. त्यांनी राजकीय स्वातंत्र्यापेक्षा सामाजिक स्वातंत्र्यासाठी हयातभर लढा दिला. पण त्यांच्या कार्याकडे इतिहासकारांचे जेवढे लक्ष जायला हवे होते, तेवढे गेले नाही;

पण देशाला स्वातंत्र्य मिळाल्यानंतर ५० वर्षांच्या कालखंडात आम्हाला सामाजिक स्वातंत्र्याचे महत्त्व वाटू लागले आणि मग म. फुले, राजर्षी शाहू, डॉ. आंबेडकर यांसारख्या महान व्यक्तींनी सामाजिक स्वातंत्र्यासाठी केलेले कार्य पाहून आपण त्यांना 'राष्ट्रपुरुष' म्हणून मानू लागलो आहोत. याचा अर्थ असा की, राजकीय स्वातंत्र्याची चळवळ चालवणाऱ्या नेत्यांना जसे स्वतंत्र राष्ट्र निर्माण करायचे होते, तसे सामाजिक स्वातंत्र्याची चळवळ सुरू करणाऱ्यांनाही एक स्वतंत्र राष्ट्र निर्माण करावयाचे होते. उलट सामाजिक स्वातंत्र्यासाठी लढणाऱ्या नेत्यांचा स्वातंत्र्याच्या संकल्पनेचा आवाका सर्वस्पर्शी होता. दुसऱ्या शब्दांत दोन्हीही पक्षांच्या नेत्यांना एक बलवान, एकात्म, एकसंघ राष्ट्र निर्माण करायचे होते. त्यासाठी दोन्हीही पक्षांतील नेत्यांना सर्व हिंदी बांधवांनी एक होऊन लढा दिला पाहिजे असे वाटत होते; पण एकाचा लढा राजकीय स्वातंत्र्यासाठी होता, तर दुसऱ्याचा लढा सामाजिक स्वातंत्र्यासाठी होता. या दोन्ही लढ्यांसाठी 'राष्ट्रीय एकात्मता' ही दोन्ही पक्षांची पहिली गरज होती.

या पार्श्वभूमीवर राजर्षी शाहू छत्रपतींनी राष्ट्रीय एकात्मता साध्य करण्यासाठी कोणते विचार मांडले व त्यानुसार कोणती कृती केली, हे पाहणे उद्बोधक ठरेल.

राजर्षी शाहू महाराजांच्या दृष्टीने राष्ट्रीय एकात्मतेच्या मार्गात प्रामुख्याने चार मोठे अडथळे होते. ते असे –

१) धर्मभेदातून निर्माण होणारी विद्वेषी भावना.

२) वर्णभेद अथवा जातिभेदातून निर्माण होणारी विषमतेची भावना.

३) अस्पृश्यतेतून निर्माण होणारी अमानुषतेची भावना.

४) बहुजनांच्या निरक्षरतेतून निर्माण होणारी अज्ञानपणाची भावना. यापैकी अस्पृश्यतेची प्रथा आता कालबाह्य व इतिहासजमा झालेली असली, तरी धर्मभेद, जातिभेद व अज्ञान या तीन मुख्य शत्रूंना आपण अद्यापही नष्ट करू शकलेलो नाही. या स्थितीत शाहू छत्रपतींचे विचार आजही आपणास मार्गदर्शक ठरतात.

शाहू आणि धर्मविद्वेष निर्मूलन

आपल्या देशामध्ये हिंदू आणि मुस्लिम हे दोन मोठे समाज आहेत. इतिहासात ते कधी एकत्र, तर कधी एकमेकांविरुद्ध उभे राहिलेले दिसतात. राष्ट्रीय एकात्मतेच्या दृष्टीने हिंदू-मुस्लिम ऐक्य या बाबीस महाराजांच्या मते फार महत्त्व होते. महाराजांच्या राज्यारोहणानंतर सन १८९४ साली पुण्यातील 'सार्वजनिक सभेने' महाराजांचा सत्कार केला. त्या सत्काराला उत्तर देताना त्यांनी मुंबई-पुण्यात त्यावेळी नुकत्याच झालेल्या हिंदू-मुस्लिम दंगलीचा उल्लेख करून म्हटले होते, ''या दोन समाजांत सलोखा आणि शांतता निर्माण केली जावी. हिंदू व मुस्लिम या दोन्ही समाजांतील नेत्यांनी त्या दृष्टीने प्रयत्न केले असतीलच; पण त्याचबरोबर सार्वजनिक सभेच्या नेते मंडळींनी सलोखा व्हावा म्हणून प्रयत्न करावेत.''[१]

म्हणजे आपल्या कारकिर्दीच्या प्रारंभापासून हिंदू-मुस्लिम एकतेचा विचार या राजाच्या मनात ठाण मांडून बसला होता, हे स्पष्ट आहे. महाराजांना सर्व जातीजमातींचा उद्धार करावयाचा होता. मुस्लिम समाज या देशातील भारतीय समाजाचे अविभाज्य अंग असून, तेही अंग प्रगत झाले पाहिजे, या दृष्टीने त्यांनी आपल्या अधिकाराचा पुढे उपयोग केलेला दिसतो. आपल्या राज्यातील सर्व धर्म, वर्ण हे बंधुभावाने एकमेकांच्या साहचर्याने एकमेकांत गुंतले, तर हिंदू-मुस्लिम ऐक्य घडून येईल, अशी त्यांना खात्री होती.

राष्ट्रीय एकात्मतेच्या दृष्टीने हिंदू-मुस्लिम ऐक्य ही गोष्ट आजच्या घडीला काळाची एक गरज बनली. शाहू महाराजांनी १०० वर्षांपूर्वी ती जाणली होती. ते आपल्या देशाचे भविष्य, भवितव्य घडवत होते; पण आम्ही त्याचे महत्त्व जाणू शकलो नाही.

महाराष्ट्रातील मराठा व मुसलमान या दोन समाजांत एक धर्म

चंद्रप्रभाबाई
राजर्षी शाहू छत्रपतींच्या जनक घराण्यातील भगिनी

देवी इंदुमती राणीसाहेब
राजर्षी शाहू छत्रपतींच्या स्नुषा

डॉ. कृष्णाबाई केळवकर
राजर्षी शाहू छत्रपतींच्या संस्थानातील पहिल्या स्त्री डॉक्टर

डॉ. बाबासाहेब आंबेडकर
राजर्षी शाहू छत्रपतींचे स्नेही

रावब. सर रघुनाथराव सबनीस
राजर्षी शाहू छत्रपतींचे गुरू, दिवाण

सर स्टुअर्ट मिटफोर्ड फ्रेजर
राजर्षी शाहू छत्रपतींचे गुरू

सोडला, तर चालीरीतीत फारसा फारक नाही, ही बाब निदर्शनास आणताना शाहू महाराज म्हणतात, "मुसलमान हे नेहमी मराठ्यांप्रमाणे क्षात्रकर्म करितात; त्यांच्या चालीरीतीही बहुतेक मराठ्यांप्रमाणेच आहेत. मराठ्यांच्या फौजेत मोठमोठे मुसलमान सरदार होते. त्याचप्रमाणे मुसलमांनाच्या फौजेत मराठे सरदार होते. हल्ली इंग्रजांच्या फौजेत मराठे व मुसलमान खांद्याला खांदा लावून लढले."[२] अशा प्रकारे मुसलमान समाज हा या देशात कोणी परका नसून, तो इथल्या बहुजन समाजाचाच एक भाग आहे, हे वास्तव समाजमनावर ठसविण्याचा प्रयत्न महाराजांनी जाणीवपूर्वक केलेला दिसतो.

आणि म्हणूनच महान मोगल बादशहा अकबराच्या धार्मिक सहिष्णुतेचा मोठा गौरव करून महाराज त्यास 'महात्मा' असे संबोधतात. नाशिक येथे 'उदाजी मराठा वसतिगृह' या इमारतीच्या कोनशिला समारंभाच्या प्रसंगी केलेल्या भाषणात ते म्हणतात, "आमचे खरे महात्मा अकबर बादशहा हेच आहेत. ज्यांनी हिंदू-मुसलमानांची एकी घडवून आणली व खुद्द स्वत: जोधाबाई नावाच्या राजपूत स्त्रीशी लग्न करून तिला हिंदूच राहू दिले. जी गोष्ट विसाव्या शतकात अशक्य झाली आहे, ती १६ व्या शतकात यवन बादशहाने सहज केली होती."[३] येथेही महाराजांनी हिंदू-मुस्लिम ऐक्यावरच भर दिलेला दिसतो.

एके ठिकाणी महाराजांनी 'धर्माची' एक सोपी व्याख्याच दिली असून, जेव्हा राष्ट्राचा प्रश्न उभा राहतो, तेव्हा धर्म ही बाब कमी महत्त्वाची आहे असे आपले मत स्पष्ट नोंदवले आहे. ते म्हणतात,

"आम्ही सर्व हिंदी आहोत, बंधू आहोत, हिंदी प्रजाजन कोणत्याही वर्णाचे असोत, कोणत्याही धर्माचे असोत, ते सर्व हिंदी आहेत. व्यक्तींच्या दृष्टीने धर्माची बाब महत्त्वाची असेल, पण राष्ट्राच्या बाबतीत ती केव्हाही आड येता कामा नये. यापुरती धर्म ही बाब फार कमी महत्त्वाची आहे, असे मला वाटते. 'धर्म' शब्दाची थोडक्यात व्याख्या देवाजवळ पोहोचण्याचा मार्ग अशी करता येईल. उदा. मुंबईसारख्या शहरात सर्व बाजूंच्या वेगवेगळ्या मार्गांनी जाण्यास रस्ते आहेत; परंतु लोकांना कमी श्रमात व लवकर पोहोचायचे असते. त्याचप्रमाणे निरनिराळ्या देशांत व परिस्थितीत उत्पन्न झालेल्या धर्माचाही उद्देश तोच आहे. यामुळे निरनिराळे धर्म पाळून ईश्वराजवळ पोहोचणाऱ्या लोकांनी तरी परस्परांचा द्वेष का करावा?"[४]

गुजरात दंगलीसारख्या धार्मिक उद्रेकात हजारोंचे बळी पडले. या पार्श्वभूमीवर शाहू महाराजांनी व्यक्त केलेले विचार आजही सर्व भारतीयांना राष्ट्रीय एकात्मतेची शिकवण देणारे आहेत, असे म्हटल्यास चुकीचे ठरू नये.

आपल्या संस्थानात हिंदू-मुस्लिम समाजात ऐक्यभाव व प्रेमभाव निर्माण व्हावा म्हणून महाराजांनी अनेक नावीन्यपूर्ण उपक्रम योजिले होते. त्यांनी हिंदूंच्या काही देवस्थानांच्या उत्पन्नाचा काही भाग मुस्लिम देवस्थानांसाठी व मुस्लिम देवस्थानांच्या (दर्गा, मशिदी) उत्पन्नाचा काही भाग हिंदू देवस्थानांसाठी लावून दिला होता. उदा. पाटगावच्या मौनी महाराजांच्या उत्पन्नातून तेथील मशिदीसाठी दरवर्षी ३०० रुपये देण्याची व्यवस्था केली होती, तर रुकडी येथील एका पिराच्या उत्पन्नातून अंबाबाईच्या मंदिरात दिवे लावण्यासाठी खर्च करावा, अशी व्यवस्था केली होती.[५]

तसेच शाहूपुरी, राधानगरी यांसारख्या नव्या वसाहती जेव्हा त्यांनी निर्माण केल्या, त्या वेळी मुस्लिमांसाठी सरकारी जागा देऊन त्यावर मुस्लिमांना प्रार्थनेसाठी त्यांनी मशिदी बांधून दिल्या. एवढेच नव्हे, तर अरबी भाषेतील कुराण मुस्लिम प्रजेला वाचता यावे म्हणून त्यांनी कुराणाच्या भाषांतराचा उपक्रम सुरू केला होता. त्यावर त्यांनी पंचवीस हजार रुपये खर्च केल्याची नोंद सापडते.[६]

याशिवाय महाराजांनी अनेक मुस्लिम कलावंतांना, पैलवानांना आश्रय दिला होता. भारतीय संगीतामधील 'गौरीशंकर' मानले गेलेले अल्लादिया खाँ है यापैकी एक होत. खाँसाहेब म्हणजे हिंदू-मुस्लिम सांस्कृतिक ऐक्याचे एक आदर्श प्रतीकच होते. त्यांनी हिंदू देव-देवतांवर अनेक चिजा रचल्या होत्या.

मुस्लिम समाजात शिक्षणाचा प्रसार व्हावा म्हणून महाराजांनी पुढाकार घेऊन 'मोहामेडन एज्युकेशन सोसायटी' स्थापन केली. त्याद्वारे मुस्लिम बोर्डिंग सुरू केले. बोर्डिंगसाठी लागणारी जागा, इमारतीसाठी लाकूड व निधी वगैरेंचीही व्यवस्था केली. स्वत: महाराज या संस्थेचे पालक बनले. अनेक दर्ग्यांचे शिलकी उत्पन्न या शिक्षण संस्थेस त्यांनी लावून दिले.[७]

या सर्व उपक्रमांचा प्रभाव आजही कोल्हापुरात जाणवतो. देशात व महाराष्ट्रात हिंदू-मुस्लिम दंगली झाल्या, तरी कोल्हापुरात मात्र त्यांची

झळ लागत नाही. गणपती आणि पीर यांची एकाच मंडपात प्रतिष्ठापना केली जाते. हिंदू-मुस्लिम एकत्र येऊन त्यांना मोठ्या श्रद्धेने भजतात. अशा प्रकारे कोल्हापुरात धार्मिक सलोखा असा अतूट राहिला आहे. हे सारे शाहू महाराजांनी घडवून आणलेल्या हिंदू-मुस्लिम ऐक्याचे फलित आहे.

राजर्षी शाहू आणि जातिभेद निर्मूलन

आपल्या देशातील समाज प्रथम धर्मभेदाने व नंतर त्या धर्मातील जातिभेदांनी अनेक लहान-मोठ्या विभागांत वाटला गेला होता. जातिभेदाची तीव्रता इतर सर्व धर्मांपेक्षा हिंदू धर्मात अधिक होती. हिंदू धर्मात जातीची जी उतरंड होती, तिच्यात प्रत्येक वरची जात खालच्या जातीला कनिष्ठ दर्जाची समजत होती. हिंदू धर्मातील लोकांना एखादे वेळी धर्म बदलता येत होता; पण जात बदलता येत नव्हती. अशा या जातिव्यवस्थेसंबंधी महाराज म्हणतात –

"हिंदुस्थानाशिवाय इतर कोणत्याही देशात मनुष्याला जात नाही; परंतु दुर्दैवाने हिंदुस्थानात मात्र जातिभेद इतका तीव्र आहे की, मांजर, कुत्रे किंबहुना शेणापेक्षा देखील कमी अशा प्रकारे आम्ही आपल्या देशबांधवांस व भगिनीस वागविले - व अजूनही आम्ही गैरशिस्त पुढारी करतो. म्हणून गरीब लोक अहमदाबाद, अमृतसरसारख्या ठिकाणी व मागे मुंबईस झालेल्या दंग्यासारख्या प्रसंगी बळी पडतात. तोंडाने बडबडणारे पुढारी आम्हास नको आहेत. कृतीने जातिभेद मोडून आम्हास मनुष्याप्रमाणे वागवतील असे पुढारी आम्हास पाहिजेत."[८]

अशा या जातिभेदाचे मुख्य कार्य जातिद्वेष निर्माण करणे हेच आहे. त्यातून निर्माण होणाऱ्या देशविघातक परिणामांची चर्चा करताना शाहू महाराज म्हणतात,

"जातिभेदाचे कार्य जातिद्वेष हे आहे. जातिद्वेष हा हिंदुस्थानचा पुराणा रोग आहे. त्यासाठी जातिभेद सोडून आपण सर्व एक होऊ या."[९] *पुढे ते म्हणतात की, हिंदुस्थानास जी गुलामगिरी आज हजारो वर्षे भोगावी लागत आहे, तिचे प्रधान कारण जातिभेद हे आहे. जातिभेद व अस्पृश्यता हा हिंदू समाजावरील कलंक असून, सामाजिक विषमता व पारतंत्र्यास तो कारणीभूत आहे, असे त्यांचे स्पष्ट मत होते.*

जातिभेद सोडण्याची सुधारणा खालून वर अशी न होता, ती वरून खाली अशी झाली पाहिजे, असे प्रतिपादन करताना महाराज म्हणतात, "जपानमधील जातिभेदाचा बीमोड होण्यास मोठे कारण उच्च वर्गाच्या सामुराई लोकांनी सुरुवात केली हेच आहे. तसे झाले नसते, तर जपानची स्थिती सुधारली नसती. जातिभेद मोडण्याचे प्रयत्न केवळ खालच्या वर्गाकडून सुरू झाल्यास त्याचे परिणाम अनर्थावह होण्याचा संभव आहे. तेच काम उच्च म्हणविणाऱ्या लोकांकडून प्रथम झाल्यास, हे स्वार्थत्यागाचे उदाहरण इतर सर्व जातींना बोधप्रद होईल."[१०]

महाराजांच्या मते आंतरजातीय विवाह हा जातिभेदाचे निर्मूलन करण्याचा प्रभावी मार्ग होता. १९१७ साली भारत सरकारने पटेल बिलावर आंतरजातीय विवाहास मान्यता देणारा कायदा केला. पटेल बिलाचा जाहीर पुरस्कार करताना महाराजांनी म्हटले होते , "या देशाची उन्नती लवकर किंवा उशिरा होणे, हे येथील जातिभेद ज्या प्रमाणात नाहीसा होईल, त्यावर अवलंबून आहे. हा जातिभेद नाहीसा होण्यास भिन्नभिन्न जातींचे शरीरसंबंध विस्तृत प्रमाणावर होणे फार जरूर आहे... असले विवाह कायदेशीर ठरले पाहिजेत व त्यापासूनच्या संततीस औरस संततीचे सर्व हक्क मिळाले पाहिजेत."[११]

स्वत: महाराजांनी आपल्या संस्थानात १९१९ साली आंतरजातीय विवाहास मान्यता देणारा कायदा लागू केला. एवढेच नव्हे, तर कोल्हापूर व इंदूर या दोन संस्थानांच्या दरम्यान १०० आंतरजातीय विवाह ठरवून त्यापैकी २५ आंतरजातीय विवाह घडवूनही आणले. महाराजांच्या भगिनी चंद्रप्रभाबाई यांचा इंदूरचे राजपुत्र यशवंतराव होळकर यांच्याशी झालेला 'धनगर-मराठा विवाह' हा यातील प्रमुख आंतरजातीय विवाह होता.

राजर्षी शाहू आणि अस्पृश्यता निर्मूलन

अस्पृश्यता हे जातिभेदाचेच एक हिडीस स्वरूप होते. शाहू महाराजांनी जातिभेदाबरोबरच या प्रथेच्या निर्मूलनासाठी मोठा संघर्ष केलेला दिसतो. अस्पृश्य समजल्या गेलेल्या या मागासलेल्या जातींना माणूस म्हणून त्यांच्या नैसर्गिक हक्कांची जाणीव निर्माण करून देत असताना, अस्पृश्यता ही हिंदू धर्मास केवढी शरमेची बाब आहे, याचे स्पष्टीकरण करताना ते म्हणतात,

"आपल्या धर्मात जातिभेदामुळे जो उच्चनीचपणा आलेला आहे, अशा प्रकारचा जन्मजात भेदभाव जगाच्या पाठीवरील कोणत्याही दुसऱ्या धर्मात नाही. जातिभेदाचे अत्यंत हिडीस स्वरूप जर कोठे असेल, तर इतर जातीकडून तुम्हाला ज्या रीतीने जागविण्यात येते त्या रीतीत दिसून येते; तुम्ही आमचे बंधू असता तुम्हाला अस्पृश्य म्हणून लेखून मांजरे, डुकरे-कुत्री यापेक्षाही तुम्हाला नीचपणाने वागविण्यात येते, ही किती लज्जेची गोष्ट आहे बरे! ही अस्पृश्यता अलीकडे केव्हातरी मध्येच घुसडून दिली असली पाहिजे. कारण या नासिकसारख्या क्षेत्राच्या ठिकाणी अनादी कालापासून महार लोकांच्या स्नानाचे कुंड इतर जातीच्या कुंडामध्ये आहे. अर्थात त्या ठिकाणी अनादी कालापासून स्पर्शास्पर्शाचा विधिनिषेध असणे शक्य नाही. असे असता हल्लीच्या व्यवहारात तुम्हाला आम्ही अस्पृश्य म्हणून दूर ठेवतो, ही किती शरमेची गोष्ट आहे."[१२]

अस्पृश्य समजली जाणारी व्यक्ती ही चारचौघांसारखी माणूसच आहे, हे महाराज आपल्या कृतीने पटवून देत होते. तथाकथित अस्पृश्य लोकांना सभ्य गृहस्थाप्रमाणे वागवा, म्हणून महाराज नुसता उपदेश करीत नव्हते, तर त्यांना प्रतिष्ठित सभ्य गृहस्थ घडविण्याचा प्रयत्नही करीत होते. त्यासाठी त्यांनी खास आदेश काढून माणुसकीला काळिमा लावणारी 'हजेरीची' आणि 'वेठबिगारीची' पद्धत बंद केली. तसेच महार लोकांना शतकानुशतके गुलामगिरीत टाकणारे 'महार वतन' खालसा केले. एवढेच नव्हे, तर आपल्या राज्यात कायद्याने अस्पृश्यता नष्ट केली. त्या अन्वये सरकारी कार्यालये, शाळा, दवाखान्यासारखी सार्वजनिक ठिकाणे, सार्वजनिक विहिरी व पाणवठे अस्पृश्यांना खुले केले. त्यांची सामाजिक प्रतिष्ठा वाढविण्यासाठी त्यांना आपल्या राजवाड्यातही नोकरीत घेतले. याशिवाय त्यांना माहूत, कुत्तेवान, हुलेस्वार, पोलीस, ड्रायव्हर म्हणून सरकारी नोकरीत घेतले. काहींना सनदी वकील बनवले, तर काहींना खास शिष्यवृत्त्या देऊन तलाठी म्हणून नेमले.

हे सर्व करीत असता महाराजांना हे दाखवून द्यायचे होते की, ज्यांना समाज अस्पृश्य म्हणून हीन समजतो, ते लोक बुद्धीने, कर्तबगारीने व हुशारीने इतरांहून काही कमी नाहीत; त्यांची हीन स्थिती ही केवळ त्यांच्यावर लादलेल्या अस्पृश्यतेमुळे आलेली आहे; ती आपल्यासारखीच माणसे असून गुणांत किंचितही कमी नाहीत.

३० मे १९२० रोजी नागपूर येथील 'अखिल भारतीय अस्पृश्यता निवारण' परिषदेच्या अध्यक्षपदावरून केलेल्या भाषणात महाराज म्हणाले होते, ''अस्पृश्य हा शब्द कोणाही माणसाला लावणे हे फार निंद्य आहे. तुम्ही अस्पृश्य नाही; तुम्हास अस्पृश्य मानणाऱ्या पुष्कळ लोकांपेक्षा जास्त बुद्धिमान, जास्त पराक्रमी, जास्त सुविचारी, जास्त स्वार्थत्यागी असे तुम्ही हिंदी राष्ट्राचे घटकावयव आहात. मी तुम्हाला अस्पृश्य समजत नाही. आपण निदान बरोबरीची भावंडे आहोत. आपले हक्क तरी समसमान खास आहेतच.''१३ अशा उद्गारातून अस्पृश्य समाजाबद्दल महाराजांच्या मनात केवढा सद्भाव होता, हे दिसून येते. म्हणून डॉ. आंबेडकरांनी ''त्यांच्यासारखा सखा अस्पृश्यांना पूर्वी लाभला नव्हता, व पुढे लाभेल की नाही याबद्दल आम्हास शंका आहे.'' असे उद्गार काढले होते.१४

येथे महाराजांनी अस्पृश्य समाजास हिंदी राष्ट्राचे घटक अवयव असे संबोधिले आहे, हे फार महत्त्वाचे आहे. हिंदी राष्ट्राचा असा हा एक अवयव दुबळा व हीन दर्जाचा बनून राहिला, तर राष्ट्र कसे उभे राहणार आणि राष्ट्रीय एकात्मता तरी कशी साध्य होणार, अशी महाराजांची भूमिका स्पष्ट आहे.

राजर्षी शाहू आणि अज्ञान निर्मूलन

शेकडो वर्षे अज्ञानाच्या अंधकारात चाचपडत असलेल्या बहुजन समाजाचा उद्धार शिक्षणाशिवाय होणार नाही, यावर शाहू महाराजांची श्रद्धा होती. म्हणून त्यांनी म. फुले यांच्याप्रमाणे सक्तीच्या मोफत शिक्षणाचा पुरस्कार केला. शिक्षणाच्या प्रसारामुळेच बहुजनांची सर्वांगीण प्रगती होईल, या मुद्द्याचे विवेचन करताना ते म्हणतात, ''माझे असे ठाम मत आहे की, शिक्षणाशिवाय कोणत्याही देशाची उन्नती झाली नाही, असे इतिहास सांगतो. अज्ञानात बुडून गेलेल्या देशात उत्तम मुत्सद्दी व लढवय्ये वीर कधीही निपजणार नाहीत. म्हणूनच सक्तीच्या मोफत शिक्षणाची हिंदुस्थानला अत्यंत आवश्यकता आहे. याबाबतीत आमचा गतकाल म्हणजे इतिहासातील एक अंधारी रात्र आहे.''१५ ही अंधारी रात्र नष्ट करण्यासाठी आपला सारा खजिनासुद्धा रिता करायला हा राजा तयार झाला होता.

शाहू महाराज कृतिशील सुधारक होते. त्यांनी प्राथमिक शिक्षणाचा केवळ आपल्या भाषणातच पुरस्कार केला नाही, तर आपल्या राज्यात १९१७ साली 'सक्तीच्या मोफत प्राथमिक शिक्षणाचा' कायदा जारी केला आणि त्यानुसार खेड्यापाड्यांतील देवळांत, धर्मशाळांत, चावडींत, देवस्थानाच्या रिकाम्या जागेत अशा प्राथमिक शाळा सुरू केल्या. गावातील मास्तर, हेडमास्तर, गावकामगार पाटील तलाठ्यापासून संस्थानातील मामलेदारापर्यंत सर्वांना त्यांनी या शैक्षणिक चळवळीत ओढून घेतले. सर्वांत खालच्या घटकास शिक्षण मिळावे म्हणून महाराजांनी अविरत प्रयत्न चालविले. ज्या वेळी इंग्रज सरकार महाराष्ट्र, कर्नाटक, गुजरात व सिंध या अफाट मुंबई इलाख्यासाठीसुद्धा एक लाख रुपये शिक्षणावर खर्च करीत नव्हते, त्या वेळी छोट्याशा करवीरच्या संस्थानच्या शिक्षणाकरिता महाराज एक लाख रुपये खर्च करीत होते.

वरिष्ठ वर्गाचे प्रतिनिधित्व करणारी लो. टिळकांच्या 'केसरी' सारखी वर्तमानपत्रे सक्तीच्या प्राथमिक शिक्षणाच्या विरोधात होती. त्यांचा खरपूस समाचार घेताना महाराजांनी म्हटले आहे,

"'केसरी' वगैरे जहाल पत्रांचे धोरण व कावा कसा आहे हे आपणास माहीत आहे. प्राथमिक शिक्षण सक्तीचे करण्याच्या अगोदर सध्या उपयोगात असलेली शाळागृहे विस्तृत व हवेशीर केली पाहिजेत व तिकडे खर्च करण्याची जास्त जरुरी आहे, हे 'केसरी' चे प्रतिपादन कोणाही सरळ बुद्धीच्या माणसास चीड आणील. 'No cake to a few until all are served with bread' हे इंग्लंडमधील मजूर पक्षाचे धोरण आहे; पण येथे शेकडा ९० लोक उपाशी आहेत व दहा लोक खात आहेत. उपाशी लोकांना कोंड्याच्या भाकरीची सोय करण्याआगोदर या दहांच्या पोळीवर साजूक तूप वाढा, असा ओरडा करणाऱ्यांना रयतेची कळकळ कितपत आहे हे उघड होत आहे."[१६]

शाहू महाराजांचा स्वराज्य चळवळीस, म्हणजे देशाच्या स्वातंत्र्य चळवळीस विरोध आहे, असा खोटा प्रचार त्यांच्या विरोधकांनी चालविला होता. इतकेच नव्हे तर त्यांना 'स्वराज्यद्रोही छत्रपती' असे म्हणण्यापर्यंत त्यांच्या विरोधकांची मजल गेलेली होती. वास्तविक, महाराज स्वराज्याच्या विरोधात कधीच नव्हते. फक्त त्यांना वाटत होते की, जोपर्यंत स्वराज्याचे हक्क काय असतात, हे कळण्याइतपत बहुजन समाज शिक्षणाने

शहाणा होत नाही, तोपर्यंत आम्हास स्वराज्य नको आहे. या संदर्भात ते म्हणतात,

"इंग्रज अधिकाऱ्यांच्या हातून सत्ता काढून घेऊन ती विद्यासपंन्न अशा अल्पसंख्याक ब्राह्मण वर्गाच्या हाती देणे मला बिलकूल पसंत नाही. परशुरामाच्या वेळेपासून आजपर्यत इतिहास काय सांगतो? विद्येचा महिमा फक्त आपणाकडेच ठेवून इतरांस विद्येपासून दूर ठेवण्याचा अखंड पद्धतशीर प्रयत्न सतत करून 'ब्राह्मण ब्युरॉक्रसी' ने या दक्षिणेत इतरांस गुलामांच्या स्थितीत कसे आणले आहे, ही गोष्ट विसरणे फार कठीण आहे."[१७]

आपण आपल्या प्रजेला स्वराज्याचे हक्क देण्यास कसे उत्सुक आहोत, हे सांगताना महाराज म्हणतात, "माझ्या रयतेमध्ये प्राथमिक व उच्च शिक्षणाचा प्रसार करण्याची माझी इतकी जोराने खटपट चालली आहे. यावरून शक्य तितक्या लवकर रयतेस स्वराज्य देण्याचे माझे धोरण आहे, हे आपले ध्यानी येईलच. माझी सर्व प्रजा मराठी तिसरी इयत्ता तरी शिकून तयार झाली असती, तरी त्यांना राज्यकारभाराचे हक्क आनंदाने देऊन मी आजच विश्रांती घेतली असती."[१८]

थोडक्यात, जोपर्यंत शेकडा ९५ टक्के असलेला बहुजन समाज शिक्षणाने शहाणा होत नाही, तोपर्यंत तो स्वराज्याच्या अथवा स्वातंत्र्याच्या उपभोगासाठी समर्थ कसा होणार, हा महाराजांचा सवाल होता.

गौतम बुद्ध, सम्राट अशोक यांच्याप्रमाणेच धर्माला मानवतेचे स्वरूप देणारा हा राजा होता. १९७४ साली शाहूंच्या जन्मशताब्दीच्या उत्सवप्रसंगी मुंबईत भाषण करताना भारताचे राष्ट्रपती व्ही.व्ही. गिरी म्हणाले होते, "शाहूंनी राष्ट्राची मोठी सेवा केली आहे. शाहू हे सर्वप्रथम एक महान मुक्तिदाते होते आणि दलितांचे खरे सेवक होते."[१९] राष्ट्रपतींनी शाहूंच्या जीवनकार्याचे उचित वर्णन केले होते, असेच म्हणावे लागेल.

अशा प्रकारे हिंदी समाजाला विकलांग करणारे धर्मभेद, जातिभेद, अस्पृश्यता व अज्ञान या चार शत्रूंवर आपण जोपर्यंत विजय मिळवीत नाही, तोपर्यंत हिंदी समाज हा एकराष्ट्रीयत्वाच्या पायावर उभा राहू शकत नाही, असा शाहू महाराजांच्या विचारांचा एकूण आशय आहे. राष्ट्र उभारणीच्या कार्यात उपरोक्त चार अडथळ्यांपैकी 'अस्पृश्यता' ही कालबाह्य झालेली आहे असे जरी आपण गृहीत धरले, तरी राहिलेले

धर्मभेद, जातिभेद व अज्ञान म्हणजे सार्वत्रिक निरक्षरता हे अडथळे आपण अजूनही पार करू शकलो नाही. मंदिर की मस्जिद यासारख्या वादावर आपण सर्व राष्ट्राची अनमोल शक्ती वाया घालवत आहोत; एवढेच नव्हे, तर त्याद्वारे भारतीय निधर्मी लोकशाहीवादी राज्यघटनेसच धोक्यात आणत आहोत. या पार्श्वभूमीवर जेव्हा जेव्हा राष्ट्रीय एकात्मतेचा विषय ऐरणीवर येतो, जेव्हा जेव्हा धर्माच्या व जातीपातींच्या नावावर राष्ट्र फुटीच्या उंबरठ्यावर उभे राहते, तेव्हा तेव्हा राजर्षी शाहू महाराजांचे हे विचार अखिल राष्ट्रास मार्गदर्शक ठरतील यात शंका नाही.

संदर्भ :

१. राजर्षी शाहू स्मारक ग्रंथ : संपा. - डॉ. जयसिंगराव पवार, पृ. ४९५
२. कित्ता, पृ. ४९६
३. क्रांतिसूक्ते : संपा. - डॉ. एस.एस. भोसले, पृ. १८
४. कित्ता, पृ. ७६
५. राजर्षी शाहू स्मारक ग्रंथ, पृ. १९०
६. कित्ता
७. कित्ता, पृ. १८९
८. क्रांतिसूक्ते : पृ. ४६
९. कित्ता, पृ. १५
१०. राजर्षी शाहू स्मारक ग्रंथ, पृ. ८६३
११. कित्ता, पृ. ११०
१२. क्रांतिसूक्ते, पृ. ३४
१३. कित्ता, पृ. ७५
१४. राजर्षी शाहू स्मारक ग्रंथ : प्रस्तावना, पृ. ७
१५. क्रातिसूक्ते, पृ. ४
१६. कित्ता, पृ. २१
१७. कित्ता
१८. कित्ता, पृ. २२
१९. राजर्षी शाहू छत्रपती - एक समाज क्रांतिकारक राजा : धनंजय कीर, पृ. ५३३

विशेष टीप :- धुळे येथील विद्यावर्धिनी महाविद्यालयाने २००३साली आयोजित केलेल्या 'राजर्षी शाहू व त्यांचे कार्य' यावरील राष्ट्रीय चर्चासत्रात वाचलेला शोधनिबंध.

◆

राजर्षी शाहू आणि दिवाण सर सबनीस

प्राचीन काळापासून गुरू-शिष्य परंपरा चालू आहे. गुरू-शिष्य परंपरेचे महत्त्व अनन्यसाधारण आहे.

जगात ईश्वरानंतर तितकेच उच्च दर्जाचे स्थान गुरूस आहे. इतिहासातील प्रत्येक महान व्यक्तीच्या व्यक्तिमत्त्वाची व चारित्र्याची जडणघडण कशी झाली याचा शोध घेतला तर ती जडणघडण त्याच्या गुरूंनी केलेली आहे, असे आपल्या निदर्शनास येते. याची उत्तम उदाहरणे म्हणजे ग्रीक संस्कृतीमधील महान तत्त्ववेत्ता ॲरिस्टॉटल व त्यांचा शिष्य जगज्जेता अलेक्झांडर, प्राचीन भारतातील सुप्रसिद्ध राजनीतिज्ञ आर्य चाणक्य व त्याचा शिष्य सम्राट चंद्रगुप्त, दक्षिण भारतातील विद्यारण्यस्वामी आणि त्यांचे शिष्य हरिहर आणि बुक्क. याच गुरू-शिष्यांच्या मालिकेत कोल्हापूर संस्थानातील दिवाण सर रघुनाथ व्यंकाजी सबनीस आणि त्यांचे शिष्य राजर्षी शाहू छत्रपती यांची गणना कराविशी वाटते.

शाहू महाराजांच्या बालपणीच त्यांच्या मातेचे निधन झाल्यामुळे त्यांना मातृसुख फारसे लाभले नाही. त्यांचे पिता जयसिंगराव ऊर्फ आबासाहेब हे कागलचे जहागिरदार होते. ते आंग्लविद्याविभूषित, बुद्धिमान व कर्तबगार होते. इंग्रज सरकारने त्यांना कोल्हापूर संस्थानचे रीजंट तसेच राजाचे पालक म्हणूनही नेमले होते.

इ. स. १८८६ साली ऐन तारुण्यात आबासाहेबांचा देहान्त झाला.

शाहू राजांचे पित्याचे छत्र अशा प्रकारे काळाने बालपणीच हिरावून नेले.

तथापि, ती जागा त्यांना लाभलेल्या दोन गुरुवर्यांनी भरून काढली. सर स्टुअर्ट मिटफोर्ड फ्रेजर आणि सर रघुनाथराव व्यंकाजी सबनीस अशी त्या दोन गुरूंची नावे होत. सन १८८९मध्ये इंग्रज सरकारने शाहू महाराजांचे ट्यूटर आणि गार्डियन म्हणून सर फ्रेजर यांची नियुक्ती केली. फ्रेजर हे अत्यंत बुद्धिमान आय.सी.एस. अधिकारी होते. राजकुमारांना शिक्षण देताना त्यांनी त्यांची पुत्रवत् काळजी घेतली. आपल्या शिष्याचे जीवन यशस्वी व्हावे, तो आदर्श राजा बनावा, म्हणून त्यांनी अथक परिश्रम घेतले. त्यांच्यासारखा उदारमतवादी व अत्यंत सुसंस्कृत शिक्षक शाहू राजांस मिळाला, हे त्यांचे मोठे भाग्यच समजले पाहिजे.

असेच भाग्य सर सबनीस यांच्या रूपाने शाहू राजांस लाभले. सर रघुनाथराव सबनीस यांचे पिता व्यंकाजी सबनीस हे कागल जहागिरीच्या सेवेत होते. रघुनाथराव लहान असताना त्यांचे प्लेगने निधन झाले. त्यांचे मामा राजारामपंत चिटणीस हे करवीर दरबारच्या 'सरदार स्कूल'मध्ये शिक्षक होते. त्यांचे सरकार दरबारी वजन होते. त्यांनी रघुनाथरावांस सरदार स्कूलमध्ये शिकण्याची परवानगी घेतली. त्या वेळी सरदार स्कूलमध्ये नागोजीराव पाटणकर (ते पुढे करवीरचे गादीवर राजाराम छत्रपती म्हणून दत्तक म्हणून आले) व छत्रपतींचे पिता जयसिंगराव ऊर्फ आबासाहेब या राजकुलीनांसोबत शिकण्याची रघुनाथरावांना संधी मिळाली. त्यामुळे लहानपणापासूनच त्यांचा राजपरिवाराशी निकटचा संबंध आला.

रघुनाथरावांचा साधा, सरळ स्वभाव, नम्रता, तीक्ष्ण बुद्धिमत्ता या गुणांमुळे दोन्हीही मित्रांची त्यांच्यावर मर्जी बसली होती. विशेषत: रघुनाथराव हे कागल जहागिरीतील सेवकांचे पुत्र व समवयस्क म्हणून त्यांची आबासाहेबांशी घनिष्ठ मैत्री झाली. पुढे मॅट्रिक झाल्यानंतरही मुंबईतील पुढील उच्च शिक्षणासाठी रघुनाथरावांना आबासाहेबांनी मोलाचे साहाय्य केले. मुंबईच्या एलफिन्स्टन कॉलेजमधील प्राचार्य वर्डस्वर्थ, डॉ. रामकृष्ण भांडारकर, प्रा. काशिनाथ त्र्यंबक तेलंग अशा विद्वान गुरूंचाही त्यांच्यावर प्रभाव पडला. ज्येष्ठ स्थापत्यविशारद सर विश्वेश्वरय्या, न्यायमूर्ती रानडे यांचाही त्यांना सहवास लाभला. त्यांच्याकडून उदात्त विचारांचा आणि आदर्श आचारांचा संस्कार त्यांच्याकडे आला.

सर सबनीस एलफिन्स्टन कॉलेजमध्ये बी. ए.ला पहिले आले. कायद्याचे शिक्षण घेण्याची इच्छा असूनसुद्धा घरच्या परिस्थितीमुळे त्यांना नोकरी पत्करणे भाग पडले. मोठ्या पगाराचा अंमलदार होण्यापेक्षा त्यांनी आपले आयुष्य ज्ञानदानाच्या कार्यात वाहून घेण्याचे ठरवले. मुंबई सरकारच्या शिक्षण खात्यात त्यांनी १४ वर्षे नोकरी केली. तेथे अध्यापनाचे काम करून ते आदर्श शिक्षक म्हणून नावारूपास आले.

फ्रेजर हे शाहू महाराजांचे पालक होते. तसेच ते त्यांना युरोपिअन शिक्षण देणारे शिक्षकही होते. मराठी, संस्कृत, इतिहास इत्यादी देशी शिक्षणासाठी कृष्णाजी गोखले हे शिक्षक होते; पण त्यांनी वयोमानानुसार सेवानिवृत्ती घेतल्यानंतर महाराजांच्या देशी शिक्षणाचा प्रश्न उभा राहिला. आता केवळ शालेय शिक्षणच नव्हे, तर महाराजांना भावी राज्यकर्ता म्हणून आवश्यक ते ज्ञान व प्रशिक्षण देणाऱ्या अत्यंत बुद्धिमान व कर्तव्यदक्ष शिक्षकांची गरज निर्माण झाली होती. त्या दृष्टीने फ्रेजरनी तत्कालीन शिक्षण संचालकास पत्र लिहून अशा एखाद्या लायक व्यक्तीचे नाव सुचविण्याची विनंती केली. तेव्हा संचालकांनी मुंबई इलाख्याच्या शिक्षण सेवेत असणाऱ्या रघुनाथ व्यंकाजी सबनीस यांची शिफारस केली. ही शिफारस स्वीकारून फ्रेजर यांनी सबनिसांना कोल्हापूर संस्थानच्या सेवेत यावे अशी विनंती केली. अकल्पितपणे करवीरच्या महाराजांचे गुरू होण्याची संधी आल्यामुळे सबनीस भारावून गेले. त्यांच्या मनामध्ये संमिश्र भावनांचा कल्लोळ उडाला. आपल्या बालपणीच्या सवंगड्याचा पुत्र व कोल्हापूर गादीवरील छत्रपती यास राजा म्हणून घडविण्याची संधी दैवयोगाने त्यांच्याकडे चालून आली होती. या घटनेचा त्यांना आनंद झाला; पण ज्या आबासाहेबांमुळे आपण आंग्ल-विद्याविभूषित झालो, ते आज हयात नाहीत याचे त्यांना अपार दुःख झाले.

जानेवारी १८९३च्या पहिल्या आठवड्यातच 'राजगुरू' म्हणून सबनीस रुजू झाले, तेव्हा या राजपुत्रांचा विविध विषयांचा शालेय अभ्यासक्रम पूर्ण झाल्याचे त्यांच्या अवलोकनात आले. आपल्या देशातील भौगोलिक, सामाजिक, ऐतिहासिक परिस्थितीचे ज्ञान व्हावे व भारतीय संस्कृतीचे दर्शन घडावे, म्हणून फ्रेजरनी शाहू राजांचे उत्तरेत दोन वेळा व दक्षिणेत एक वेळ असे अभ्यासदौरे घडवून आणले होते. आता यापुढे सबनिसांनी शाहू हे आदर्श राजा व्हावेत, म्हणून जडणघडण करण्यासाठी

अथक परिश्रम घेण्याचे ठरविले. आर्य चाणक्याने म्हटले आहे,

"प्रजासुखे सुखं राज्ञः प्रजानांच हिते हितम् ।
नात्मप्रियं हितं राज्ञः प्रजानां तु पियं हितम् ॥

(प्रजेच्या सुखात राजाचे सुख असते. राजाचे हित स्वार्थसाधनात नसते, तर ते प्रजेला संतुष्ट ठेवण्यात असते.)

शाहू महाराज स. १८९४ साली करवीरच्या गादीवर विराजमान झाले. त्यापूर्वीचा करवीर राज्याचा कालखंड हा अंधकारमय कालखंड समजला जातो. या कालखंडात दरबारी मंडळींची कटकारस्थाने, अधिकाऱ्यांचा मनमानी कारभार, इंग्रज अधिकाऱ्यांचा उन्मत्तपणा या गोष्टींनी खुद्द चौथ्या छत्रपती शिवाजी राजाचाच बळी घेतला होता. सर्व बाजूंचे बुरूज ढासळल्याप्रमाणे करवीर राज्याची स्थिती असताना शाहू महाराज करवीरच्या गादीवर आले. महाराजांनी राज्यारोहणापूर्वीच आपले शिक्षण पुरे केले होते. शिक्षण संपले आणि राज्यारोहण झाले, तरी त्यांनी सबनिसांना निवृत्ती दिली नाही; कारण सबनिसांनी थोड्याच दिवसांत कुशल अध्यापन करून त्यांचा लोभ आणि विश्वास संपादन केला होता. सबनिसांसारख्या बुद्धिमान आणि दूरदृष्टी असलेल्या मार्गदर्शकाची महाराजांना राज्यकारभारात साथ हवी होती, म्हणून त्यांनी राजसूत्रे हाती घेताच सर्व सरकारी खात्यांवर नियंत्रण ठेवण्यासाठी 'हुजूर ऑफिस' ची निर्मिती केली. या 'हुजूर ऑफिसचा' प्रमुख अधिकारी 'हुजूर चिटणीस' म्हणून महाराजांनी त्यांची नियुक्ती केली – (१३ एप्रिल १८९४). महाराजांनी आपल्या वतीने सरकारी कागदपत्रांवर सही करण्याचाही त्यांना अधिकार दिला. एवढा त्यांच्या कर्तबगारीवर त्यांचा विश्वास होता.

शाहू महाराजांच्या असे दृष्टीस आले की, आपल्या प्रशासनामध्ये इंग्रज, पारशी व ब्राह्मण अधिकाऱ्यांचाच मनमानी कारभार चालतो आहे. या अधिकाऱ्यांना गेली पन्नास वर्षे करवीरचे रान मोकळे होते. त्यामुळे ते स्वार्थी आणि मदांध झाले होते. आता नव्या छत्रपतींनी त्यांच्यावर अंकुश ठेवण्याचा प्रयत्न सुरू केला. महाराजांनी आपला अधिकार दाखविण्याचा प्रयत्न केल्याबरोबर हे अधिकारी संतापून गेले. त्यांनी महाराजांविरुद्ध मुंबईच्या गव्हर्नरपर्यंत तक्रारीही केल्या. दरबारातील

कारभारी मंडळींनीही महाराजांची कोंडी करण्याचे प्रयत्न चालू केले. आता अशा परिस्थितीस तोंड देण्यासाठी महाराज सतत सबनिसांचा सल्ला घेऊ लागले. त्याच वेळी ते फ्रेजर यांना पत्राने धारवाड येथे आपल्या राज्यातील परिस्थितीची कल्पना देत असत. अशाच एका पत्राला दिलेल्या उत्तरात फ्रेजर म्हणतात, "कौन्सिल व वरिष्ठ अधिकारी दिलेल्या हुकमाची दखल घेत नाहीत असे म्हणता; राज्याचे खरेखुरे धनी आपणच आहात, याची जाणीव तुम्ही त्यांना निर्धाराने करून दिली तरच ते वठणीवर येतील व यापुढे तरी अधिकाऱ्यांनी केलेल्या आज्ञाभंगाच्या कटकटीतून तुमची मुक्तता होईल, एरवी नाही. आपल्या स्वभावातील चांगुलपणाचा गैरफायदा अशा मतलबी लोकांना घेऊ देऊ नका."

फ्रेजर जरी धारवाडातून सल्ला देत असले, तरी त्याची अंमलबजावणी करण्यासाठी लागणारे बळ महाराजांना सबनीस देत असत. सबनिसांना कारभारापासून दूर करून महाराजांची शक्ती खच्ची करण्याचे या दुखावलेल्या अधिकाऱ्यांचे प्रयत्न चालूच होते; परंतु स्वत: सबनीस हे या विरोधकांना पुरून उरले होते; कारण ते स्वत: राजनीतिज्ञ होते. कोणतेही पाऊल टाकताना संयम व अखंड सावधानता राखून राज्यकारभारात महाराजांचे स्थान ते हळूहळू बळकट करीत होते.

सबनिसांना करवीर राज्यातील राजकारणाची खडान्‌खडा माहिती होती. बालपणापासून या राजघराण्याशी त्यांचे अतूट असे नाते होते. चौथ्या छत्रपती शिवाजी राजांची इंग्रज अधिकाऱ्यांनी केलेली अमानुष हत्या, बर्वेसारख्या दिवाणाने त्यांचा निर्दयीपणाने केलेला छळ सबनिसांनी पाहिला होता. त्यामुळे त्यांनी अशा कठीण प्रसंगांवर मात करून शाहू महाराजांना थोरल्या छत्रपती शिवाजी महाराजांसारखा आदर्श राजा घडविण्याचा निश्चय केला होता. फ्रेजर आणि सबनीस यांच्याविषयी लिहिताना शाहू चरित्रकार कृ. गो. सूर्यवंशी म्हणतात, "सामर्थ्य पुरविणारे फ्रेजर आणि सारथ्य करणारे सबनीस या दोन गुरूंच्या बळावरच वादळागत घोंघावत गोंधळ करणाऱ्या नोकरशाहीशी मुकाबला करण्यास शाहू महाराज सज्ज झाले."

लवकरच महाराजांनी सबनीस यांची 'सरसुभे'पदावर नियुक्ती केली. तसेच त्यांना प्रशासन यंत्रणेच्या 'कारभार सल्लागार समिती'चे पदसिद्ध सभासद केले. त्यांच्या साह्याने संस्थानच्या राज्यकारभारात ढवळाढवळ

करणारी उन्मत्त नोकरशाही जेरबंद करण्याचे कार्य महाराजांनी सुरू केले. आपला राज्यकारभार लोकाभिमुख होण्यासाठी त्यांनी आपल्या प्रशासनात बहुजन समाजातील गुणी व सुशिक्षित तरुणांना घेण्याचे ठरविले. भास्करराव जाधव या एम. ए. फर्स्ट क्लास झालेल्या तरुणाची त्यांनी फर्स्ट क्लास मॅजिस्ट्रेट व नंतर असिस्टंट सरसुभे पदावर नेमणूक केली. स्त्री शिक्षण विभागाच्या अधीक्षिका मिस् लिटल यांनी नोकरीचा राजीनामा दिल्या दिल्या त्यांनी त्या जागी *रखमाबाई / की कृष्णाबाई केळवकर* या प्रशिक्षित महिलेची नियुक्ती केली. दाजीराव अमृतराव विचारे यांना कार्यकारी अभियंता म्हणून नेमले. अशा प्रकारे शाहू महाराज व सबनीस या दोघांनी प्रशासनात बहुजन समाजातील व्यक्तींची नियुक्ती करून चढेल नोकरशाहीला सुरुंग लावला.

याच सुमारास राज्यातील प्रजाजनांची परिस्थिती समजून घेण्यासाठी सबनिसांच्या सांगाती राजा सह्याद्रीच्या बिकट जंगलात जाऊन प्रजेची सुख-दु:खे समजावून घेऊ लागला. त्यांची दु:खे निवारण करू लागला. गेली पन्नास वर्षे असे सुख रयतेला मिळालेच नव्हते. ती रयत आता राजा आपल्या झोपडीपर्यंत आल्याचे पाहून हरखून गेली. राजाने रयतेसाठी सरकारची गवताची राने खुली केली. शेतीसाठी छोटे-मोठे तलाव बांधले. त्यांच्या मुलाबाळांसाठी शाळा काढल्या. अशा प्रकारे राजा आणि प्रजा यांच्यामध्ये प्रेमाचे अतूट नाते निर्माण झाले. प्रजेच्या सौख्यासाठी आपला शिष्य अथक परिश्रम घेतो आहे, हे पाहून सबनिसांचे जीवन कृतार्थ झाले.

तारापोरवाला हे करवीर संस्थानचे दिवाण होते. या पारशी गृहस्थाला महाराजांचे हे लोकाभिमुख धोरण फारसे रुचणारे नव्हते. त्यांनी राजीनामा दिला. आता त्यांच्या 'दिवाण' या पदावर महाराजांनी सबनिसांना नियुक्त केले. आपल्या राज्यातील सर्वोच्च पद महाराजांनी आपल्या गुरूला बहाल केले. हा सबनिसांच्या राजनिष्ठेचा, तसेच कार्यक्षमतेचा खरा गौरव होता. आतापर्यंत इंग्रज, पारशी, ब्राह्मण या व्यतिरिक्त कोणीही दिवाण होणे शक्य नव्हते. अशा परिस्थितीत एका कायस्थ प्रभू जातीच्या व्यक्तीस दिवाणपद मिळाल्यामुळे ब्राह्मण समाजात असंतोष निर्माण झाला. आता त्यांचे सबनिसांना बदनाम करण्याचे प्रयत्न सुरू झाले. तथापि, महाराजांची आपल्या गुरूवर अविचल श्रद्धा असल्याने

विरोधकांचे सर्व प्रयत्न विफल झाले.

तथापि, विरोधक शांत बसले नाहीत. विशेषतः करवीर राज्यातील सनातनी ब्राह्मण वर्गाने लवकरच 'वेदोक्त प्रकरण' उपस्थित केले. शाहू महाराज 'शूद्र' असल्याने त्यांना 'वेदोक्ता'चा अधिकार नसल्याचा पुकारा त्यांनी केला. त्यातून वेदोक्ताचा भडका उडाला. कोल्हापुरातील कर्मठ ब्राह्मणवर्गाची बाजू महाराष्ट्रातील ब्राह्मणी वृत्तपत्रांनी घेतली. लो. टिळकांनीही या बाजूनेच कौल दिल्यानंतर हा संघर्ष अधिकच पेटला. दोन्ही बाजू इरेला पडल्या. खरे तर हा संघर्ष वरवर धार्मिक दिसत असला, तरी त्याचे खरे स्वरूप सामाजिक होते. ब्राह्मणवर्गाने महाराजांबरोबर सर्वच क्षत्रिय मराठ्यांना शूद्रात लोटले होते. हा वर्ग बहुतांशी अज्ञ होता. अशा परिस्थितीत सनातनी वर्गाशी एकाकीपणे लढणाऱ्या छत्रपतींच्या पाठीशी दिवाण सबनीस उभे राहिले. या गुरू-शिष्याच्या जोडगोळीने वेदोक्ताच्या संघर्षात जिद्दीने लढा दिला आणि शेवटी विजयश्री आपल्या बाजूने खेचून आणली. कोल्हापुरातील ब्राह्मणवर्गाने महाराजांचे व क्षत्रिय मराठ्यांचे वेदोक्ताचे अधिकार मान्य केले.

वेदोक्तांच्या संघर्षात हार झाली, तरी महाराजांचे विरोधक शांत बसले नव्हते. त्यांनी आता इंग्रज सरकार व कोल्हापूर संस्थान यांच्याविरुद्ध दहशतवादी कारवाया सुरू केल्या. सन १९०६ सालानंतर कोल्हापूर हे मुंबई इलाख्यातील दहशतवाद्यांचे एक प्रमुख केंद्रच बनले. महाराज हे इंग्रज सरकारचे मांडलिक असल्याने त्यांना इंग्रज सरकारबरोबर अडचणीत आणणे हे दहशतवाद्यांचे उद्दिष्ट होते. संस्थानामध्ये कायदा व सुव्यवस्था राखण्याची जबाबदारी संस्थानिक या नात्याने महाराजांवर असल्याने त्यांना दहशतवाद्यांच्या बंदोबस्तासाठी कठोर पावले उचलावी लागली; पण महाराज त्यांचा बंदोबस्त करीत असता विरोधक मात्र त्यांचे 'स्वराज्यद्रोही छत्रपती' म्हणून विकृत चित्र रंगवत होते. अशा प्रकारे एका बाजूस इंग्रज सरकार तर दुसऱ्या बाजूस दहशतवादी अशा कैचीत महाराज सापडले असता त्यांचे मुख्य सल्लागार म्हणून सबनीस दिवाणांची भूमिका महत्त्वपूर्ण होती. त्यांच्या सहकार्याने कोल्हापूर संस्थानात उद्भवलेल्या बिकट परिस्थितीवरही शाहू महाराजांना मात करता आली.

शाहू महाराजांनी आपल्या कारकिर्दीत अनेक गोष्टींसाठी संघर्ष केला. अज्ञान व अंधश्रद्धा यांच्याशी केलेला संघर्ष सर्वांत मोठा होता.

अज्ञान आणि अंधश्रद्धा यांनी बहुजन समाज दु:ख आणि दारिद्र्य यांच्या खोल दरीत कोसळला होता. त्याचा उद्धार करण्यास शिक्षणाच्या प्रसाराशिवाय दुसरा उपाय नाही, हे महाराजांनी जाणले होते. आणि म्हणून मोठ्या धाडसाने त्यांनी आपल्या संस्थानात प्राथमिक शिक्षण सक्तीचे व मोफत केले. 'गाव तेथे शाळा' या धोरणाची अंमलबजावणी करून शिक्षणाची गंगा रयतेच्या व दलितांच्या झोपडीपर्यंत नेली. ग्रामीण भागातून शहरात उच्च शिक्षणासाठी येणाऱ्या मुलांसाठी त्यांनी अनेक वसतिगृहे उघडली. प्रत्येक मागासलेल्या जातीला शिक्षणाची गोडी लागावी म्हणून त्या त्या जातींची वसतिगृहे उदयास आली. अस्पृश्यांच्या शिक्षणासाठी खास लक्ष पुरविण्यात आले. या सर्व प्रयत्नांत दिवाण सबनिसांनी महाराजांना कृतिशील साथ दिली. ते अस्पृश्यांसाठी स्थापन झालेल्या मिस् क्लार्स वसतिगृहाचे चेअरमन बनले; तर मुस्लिम बोर्डिंगचे ते उपाध्यक्ष झाले. खुद्द महाराजांनी प्रभू समाजासाठी जे वसतिगृह स्थापन केले होते, त्यास सबनिसांचे नाव देण्यात आले.

बहुजन समाज ब्राह्मणशाहीच्या गुलामगिरीतून मुक्त व्हावा, म्हणून शाहू महाराजांनी, म. जोतिबा फुल्यांनी स्थापन केलेल्या 'सत्यशोधक समाजा'स राजाश्रय दिला. त्यांनी आपल्या कारकिर्दीत सत्यशोधक चळवळीचे पुनरुज्जीवन केले. ब्राह्मणांच्या वैदिक मक्तेदारीवर आघात करून वेदांचा अधिकार सर्व वर्णांना देणाऱ्या व सामाजिक समतेचा पुरस्कार करणाऱ्या आर्य समाजासही महाराजांनी जवळ केले. पुढे तर त्यांनी आर्य समाजाची जाहीर दीक्षा घेतली. शाहू महाराजांच्या मनात आर्य समाजाबद्दल ओढा निर्माण होण्यास सबनीस दिवाणांचा मोठा हातभार लागला होता; कारण खुद्द सबनीस हे आर्य समाजी होते. त्यांच्या नित्याच्या सहवासामुळे व चर्चा चिकित्सेमुळे महाराजांवर आर्य समाजी तत्त्वांचा मोठा प्रभाव निर्माण होऊन त्यांनी आर्य समाजाचा जाहीर पुरस्कार केलेला दिसतो.

शाहू महाराजांचे चरित्र म्हणजे एका लोकाभिमुख प्रशासकाचे आणि कृतिशील समाज सुधारकाचे चरित्र आहे. त्यांनी आपल्या कारकिर्दीत राधानगरी धरणासारखे मोठे प्रकल्प सुरू केले. शेती, उद्योग, सहकार या क्षेत्रांत नवे युग सुरू केले. शिक्षणाची द्वारे समाजातील कमजोर वर्ग, दलित, पतितांसाठी खुली केली; अस्पृश्यतेसारखा सामाजिक कलंक

दूर करण्यासाठी कायदे केले व ते अमलात आणले. धर्माच्या क्षेत्रातील ब्राह्मणांची मक्तेदारी मोडून काढण्यासाठी 'क्षात्रजगद्गुरू' पीठाची निर्मिती केली. बहुजनांच्या सामाजिकच नव्हे, तर राजकीय हक्कांसाठी 'ब्राह्मणेतर चळवळ' सुरू केली. अशा अनेक सामाजिक, आर्थिक, धार्मिक चळवळी त्यांनी सुरू केल्या व अंगच्या बुद्धिसामर्थ्यावर त्या चालू ठेवल्या. महाराजांच्या या सर्व प्रयत्नांत, सर्व प्रकल्पांत, सर्व चळवळींत सबनिसांचे योगदान मोठे होते. ते किती मोठे होते, हे प्रत्यक्ष महाराजांच्या शब्दांत पहावयास हवे. आपल्या गुरूंचा गौरव करताना शाहू महाराजांनी म्हटले आहे,

"रावबहादूर सबनीस दिवाणसाहेब यांचे व माझे गुरु-शिष्याचे नाते असल्या- कारणाने जो काही चांगुलपणा अगर वाईटपणा मला मिळालेला आहे, त्यास तेच कारणीभूत आहेत. माझ्याशी व आमच्या बंधूंच्या घराण्यांशी त्यांची पूर्ण प्रेमळ राजनिष्ठा असलेली लक्षात घेऊन यापुढे हे जेव्हा जेव्हा कोल्हापूर सोडून परगावी जातील, तेव्हा तेव्हा त्यांचा, त्यांचे नोकर लोकांचा व पाहुणे मंडळींचा औषधपाण्याचा, बंगला भाड्याचा, गाडीभाड्याचा सर्व खर्च दौलतीतील अबफोर्सीने खात्यातून व्हावा असा रावसाहेब फिन्यानसियल सेक्रेटरी यांना हुकूम द्यावा." (११/१/१९१९)

शाहू महाराजांनी कोणाचे 'वाईट' केल्याची नोंद नाही. जे केले ते प्रजेच्या हितासाठी व भल्यासाठी केले. लोकांचे कल्याण हेच ध्येय त्यांनी अखेरपर्यंत उरी बाळगले व त्यानुसार सर्व कृती करून ते 'राजर्षी' पदास जाऊन पोहोचले. तथापि, त्यांच्या ठिकाणी अहंपणा निर्माण झाला नाही. आपल्या हातून जी लोककल्याणाची कृती झाली, तिचे सर्व श्रेय त्यांनी आपल्या गुरूच्या चरणी अर्पण केले आहे. असा शिष्य मिळणे हे गुरूचे व असा गुरू मिळणे हे शिष्याचे परमभाग्य मानले पाहिजे.

संदर्भ ग्रंथ

१. राजगुरू अमात्य : सर रघुनाथ व्यंकाजी सबनीस : कृ. गो. सूर्यवंशी, १९९१
२. राजर्षी शाहू छत्रपती : धनंजय कीर
३. राजर्षी शाहू गौरव ग्रंथ : संपा. - पी. बी. साळुंखे

विशेष टीप :- 'दर्शन' दिवाळी अंक : सन १९९८मध्ये प्रकाशित

◆

राजर्षी शाहू आणि त्यांची स्नुषा इंदुमती राणीसाहेब

देवी इंदुमती राणीसाहेबांचा जन्म ६ डिसेंबर १९०६ रोजी सासवड येथील जगताप (देशमुख) घराण्यात झाला. त्यांचे माहेरचे नाव 'जमनाक्का' असे होते. त्यांचे पिता शंकरराव अत्यंत स्वाभिमानी व नि:स्पृह वृत्तीचे होते. त्यांच्या आई जानकीबाई या अतिशय सुस्वरूप व सात्त्विक वृत्तीच्या होत्या. माता-पित्यांचे जन्मजात रूप आणि गुण जमनाक्कास लाभले होते. लाखात एक असे तिचे लावण्य होते.

राजर्षी शाहू महाराज आपले द्वितीय पुत्र प्रिन्स शिवाजी यांच्या विवाहाच्या विचारात होते. त्या वेळीच सासवडच्या जगतापांच्या मुलीच्या रूपागुणांची वार्ता त्यांच्या कानावर आली. महाराजांनी कागल येथे जमनाक्कास व तिच्या माता-पित्यांना बोलावून घेतले. तिची वधूपरीक्षा घेण्यात आली. वधूची बौद्धिक चाचणी घेतली गेली. त्या चाचणीत जमनाक्का पूर्णपणे उतरली. तिच्या रूपाप्रमाणेच तिच्या कुशाग्र बुद्धिमत्तेचीही महाराजांना जाणीव झाली. राजपरिवारासह महाराजांनी प्रिन्स शिवाजी यांच्यासाठी तिची वधू म्हणून निवड केली. सौंदर्य आणि सद्गुण यांचा मिलाफ जमनाक्कात होता. शाहू महाराजांनी प्रिन्स शिवाजी व जमनाक्का यांचा विवाहसोहळा ६ जून १९१७ रोजी कोल्हापूर मुक्कामी मोठ्या थाटामाटात साजरा केला. जमनाक्काचे 'इंदुमती' असे नामकरण करण्यात आले.

सासवडच्या जगतापांची जमनाक्का कोल्हापूरच्या शाहू महाराजांची सून म्हणून नव्या राजवाड्यात प्रवेश करती झाली. अभिजात लावण्य असलेली ही स्नुषा राजपरिवारात सर्वांच्याच कौतुकाचा विषय होऊन राहिली होती. तिच्या ठिकाणी असणारा चुणचुणीतपणा, तेजस्वीपणा व लाघवी वृत्ती यामुळे ती सर्व राजकुटुंबाचीच आवडती झाली होती. ही सुंदर आणि गुणी मुलगी लक्ष्मीबाई राणीसाहेबांच्या प्रेमात न्हाऊन निघत होती. तिच्या आगमनाने राजपरिवार आनंदात होता.

परंतु हे सौख्य उपभोगण्याचे इंदुमती राणीसाहेबांच्या नशिबी नव्हते. त्यांचे विधिलिखित काही वेगळेच होते. विवाहास जेमतेम एक वर्ष होते न होते, तोच त्यांच्यावर वैधव्याच्या भयानक दुःखाची कुऱ्हाड कोसळली. त्यांचे पती प्रिन्स शिवाजी रानडुकराच्या शिकारीस गेले असता त्यांच्या भरघाव दौडणाऱ्या घोड्यास जोरदार ठेच लागली व ते जोरात फेकले गेले. त्यातच त्यांचे दुःखद निधन झाले – (१२ जून १९१८).

त्या वेळी इंदुमती राणीसाहेबांचे वय अवघे १२ वर्षांचे होते. विवाह आणि संसार यांचा अर्थ कळण्यापूर्वीच त्यांच्या संसाराचा सारिपाट उधळला गेला. कालचक्र फिरले. कालपर्यंत सुखसागरात डुंबणाऱ्या या मुलीची 'पांढऱ्या कपाळाची, कपाळकरंटी, अवदसा' या भाषेत संभावना होऊ लागली. जणू पतीच्या मृत्यूला तीच जबाबदार होती. कालपर्यंत राजप्रासादात जिचे कौतुक होत होते, तिची आता अवहेलना सुरू झाली. इंदुमती राणीसाहेबांना वैधव्याचे चटके बसू लागले. त्यांना जेवणखाण देण्याचेही भान कोणाला राहिले नाही. या भयानक संकटाने इंदुमती राणीसाहेब भांबावून गेल्या.

शाहू महाराजांनी आजवर अनेक संकटांशी दोन हात केले होते. राजनीतीमधील कुटिल कारस्थानांशी मुकाबला करताना अथवा शिकारीत वाघ, अस्वलासारख्या हिंस्त्र पशूंशी प्रत्यक्ष दोन हात करतानाही ते कधी डगमगले नाहीत; पण आपल्या प्रिय पुत्राच्या अपघाती मृत्यूने व त्यामुळे आपल्या कोवळ्या सुनेवर कोसळलेल्या वैधव्याच्या संकटाने मात्र ते हादरून गेले. नियतीच्या या क्रूर खेळाने हा धिप्पाड शरीराचा व पोलादी मनाचा राजाही कोसळला. पुत्राच्या अशा अपघाती निधनाचे दुःख तर अपार होतेच; पण सुनेवर कोसळलेल्या दुःखाने त्यांच्या हृदयात कालवाकालव होऊ लागली आणि 'आता मी सुनेचं काय

करू?' अशी चिंता त्यांना रात्रंदिवस भेडसावू लागली.

आपल्या दुर्दैवी सुनेचे जीवन थोडेफार सुसह्य करण्याचा एकच मार्ग शाहू महाराजांना दिसत होता. तो म्हणजे तिला शिक्षण देऊन तिच्या स्वत:च्या बुद्धीचा व व्यक्तिमत्त्वाचा विकास घडवून आणणे; पण ही गोष्ट वरवर दिसत होती तेवढी सोपी नव्हती. तत्कालीन समाजाचा स्त्रीशिक्षणाला विरोध होता. समाजातील प्रतिष्ठित कुटुंबातही मुलींना शिक्षण दिले जात नव्हते, तिथे विधवा मुलीस शिक्षण देणे ही गोष्ट घरंदाज मराठा कुटुंबात केवळ अशक्य होती. कोल्हापूरचे राजकुटुंबही त्यास अपवाद नव्हते. खुद्द राणीसाहेबांचा इंदुमती राणीसाहेबांच्या शिक्षणास कडवा विरोध होता. शिक्षणामुळे मुली बिघडतात, असा त्यांचा ठाम समज होता. विशेषत: आपल्या विधवा सुनेने शिक्षण घ्यावे, ही गोष्ट रूढीप्रिय राणीसाहेबांना सहन होण्यापलीकडे होती.

बाहेरच्या जगात सार्वत्रिक शिक्षणाचा, मुलामुलींच्या शिक्षणाचा आग्रह धरणाऱ्या व त्यासाठी आपल्या राज्यात अनेक कायदे व सुविधा निर्माण करणाऱ्या महाराजांसमोर आता कसोटीचा क्षण उभा राहिला होता. ज्ञान हा तिसरा डोळा असून, त्याच्या साह्यानेच मनुष्य सुसंस्कृत आणि प्रगत होऊ शकतो, यावर त्यांची श्रद्धा होती. या स्वार्थी जगात, विशेषत: अनेक कटकारस्थानाचे आश्रयस्थान असलेल्या राजपरिवारात, आपल्या अज्ञानी सुनेचा टिकाव लागणार नाही, याची महाराजांना जाणीव होती. सून शिकली, सुविद्य झाली, तर तिला जीवनाची वाटचाल करताना भले काय बुरे काय, इष्ट काय अनिष्ट काय हे समजेल असे त्यांना वाटत होते. याच विचाराने प्रभावित होऊन महाराजांनी राजपरिवाराचा कडवा विरोध मोडून काढून आपल्या सुनेस शिक्षण देण्याचा धाडसी निर्णय घेतला.

या संदर्भात महाराजांच्या मनात जो मोठा भावनिक व वैचारिक संघर्ष झाला, त्याचे फार मार्मिक चित्रण महाराजांचे एक सहकारी व थिऑसफीचे एक अनुयायी वा. द. तोफखाने यांच्या आत्मचरित्रात पहावयास मिळतो. महाराजांच्या प्रेरणेनेच तोफखाने व त्यांचे सहकारी दीक्षित यांनी 'विद्यापीठ हायस्कूल' स्थापन केले होते. तोफखाने व दीक्षित यांच्या सल्ल्याने महाराजांनी आपल्या सुनेच्या शिक्षणासाठी भार्गवराव कुलकर्णी, पुजारी, देव, जोगळेकर, कडोलीकर या पाच ज्ञानी

शिक्षकांची नेमणूक केली. त्यासाठी महाराजांनी इंदुमती राणीसाहेबांना राजप्रासादातून बाहेर काढून कोल्हापूरजवळव्या पंचगंगेच्या काठावर माळावर वसविलेल्या सोनतळी कॅम्पात आपल्या निवासस्थानी आणले होते. या पाच शिक्षकांपैकी भार्गवराव हे फार स्वाभिमानी शिक्षक होते. राजदरबारात त्यांचा स्वाभिमान जपला जावा असे तोफखान्यांनी महाराजांना सुचविताच महाराज उद्गारले, ''तोफखाने, मी त्यांना पगार देणार असलो, तर तो त्यांच्या विद्यादानासाठी. विद्येचे महत्त्व मी जाणतो. ती विद्या ते जोपर्यंत माझ्या सुनेला देत आहेत, तोपर्यंत मला मुजरा त्यांनी केला नाही तरी चालेल. माझ्या सुनेच्या कल्याणासाठी मी तिच्या गुरूला जरूर नमस्कार करीन. मग झाले की नाही? तुम्ही निश्चिंत रहा.''

इंदुमती राणीसाहेबांबरोबर त्यांच्याच वयाच्या राधाबाई कोळसे, सुंदराबाई सावंत, इंदिरा सबनीस, आत्रिका बेक याही मुलींना शिक्षणासाठी सोनतळी कॅम्पमध्ये आणले गेले. या त्यांच्या मैत्रिणींबरोबर इंदुमती राणीसाहेबांचे शिक्षण सोनतळी कॅम्पमध्ये सुरू झाले. ऋषितुल्य शिक्षकांनी मराठी, संस्कृत, इंग्रजी, गणित इत्यादी विषयांचे अध्यापन सुरू केले. आता सोनतळीस एखाद्या आश्रमशाळेसारखे स्वरूप आले. राजपरिवाराचा, खुद्द राणीसाहेबांचा कडवा विरोध मोडून काढून महाराजांनी येथे स्त्री शिक्षणाचा एक अभिनव प्रयोग स्वत:च्या घरात सुरू केला होता.

महाराजांनी इंदुमती राणीसाहेबांना केवळ पुस्तकी शिक्षण दिले नाही; तर त्यांना जीवनामध्ये समर्थपणे उभे राहता यावे म्हणून सारथ्य, अश्वारोहण, शिकार, गोरगरिबांचे अश्रू पुसता यावेत, यासाठी त्यांनी इंदुमती राणीसाहेबांना वैद्यकीय सेवेचेही शिक्षण दिले. आपल्या प्रशिक्षणाचा उपयोग राणीसाहेबांनी पुढे आपल्या जीवनात अनेक प्रसंगी गोरगरिबांची सेवा करण्यासाठी केलेला दिसतो. सन १९२०साली कोल्हापुरात प्लेगने धुमाकूळ घातला होता, त्या वेळी सोनतळी कॅम्पमधील परिवार व नोकरचाकर यांच्या सुरक्षिततेची जबाबदारी महाराजांनी इंदुमती राणीसाहेबांवर सोपविली होती. महाराज बाहेरगावी गेल्यावर आपण ती कशी पार पाडली, या संदर्भात इंदुमती राणीसाहेब एका पत्रात त्यांना लिहितात,

''आपण लिहिल्याप्रमाणे मी टेंगशे डॉक्टरच्या घरी गेले अणि सर्व

मुलींना टोचून घ्या, लहान मुलांना नको, असे सांगितले. तेथून मी सोनतळीला गेले व पेंडसे दिवाणजींना सांगितले की, आप्पासाहेब रुकडीला आहेत; त्यांचा रुकडीचा बंगला पांढरा रंगवा व तिथे मुलींची सोय करा असे कळवा. आजच्या दोनच्या गाडीने मुलींना रुकडीस पाठवून देण्यासही त्यांना सांगितले. त्याप्रमाणे सौ. काकीसाहेब महाराज (बापूसाहेब महाराज याच्या पत्नी) यांना रामलिंगच्या बंगल्यात पाठविण्याची व्यवस्था केली.''

इंदुमती राणीसाहेबांना केवळ वैद्यकीय प्रशिक्षण देऊन महाराज थांबणार नव्हते. त्यांना आपल्या सुनेला वैद्यक क्षेत्रातील उच्च शिक्षण देऊन तिला 'लेडी डॉक्टर' बनवायचे होते. आपले इंग्रज मित्र माँटगोमेरी यांना लिहिलेल्या पत्रात महाराज म्हणतात,

'There is a family matter about which I wish to write to you. That is my widowed daughter-in-law. I want to educate her thoroughly up to Matriculation and then to make a lady Doctor.'

पुढे या विचारानुसार इंदुमती राणीसाहेबांना दिल्लीतील लेडी हार्डिंग्ज झनाना मेडिकल कॉलेजमध्ये घालण्याचे ठरविले होते. नोव्हेंबर १९२१मध्ये महाराज दिल्लीस गेले होते. दिलीच्या मुक्कामात त्यांनी मेडिकल कॉलेजमध्ये जाऊन तेथील सुपरिंटेंडेंटना 'ही तुमची भावी विद्यार्थिनी' म्हणून ओळखही करून दिली होती. एवढेच नव्हे, तर इंदुमती राणीसाहेबांसाठी त्यांनी दिल्लीत एक बंगलाही खरेदी केला होता. तथापि, यानंतर लगेच महाराजांचे निधन झाल्याने त्यांचा संकल्प पूर्ण होऊ शकला नाही. नाहीतर महाराजांनी आपल्या सुनेला एक सेवाभावी डॉक्टर म्हणून पुढे आणले असते.

खरे म्हणजे राजर्षी शाहू महाराज हेच इंदुमती राणीसाहेबांचे खरे पिता व आद्य गुरू होते. आपल्या सुनेचे व्यक्तिमत्त्व संस्कारसंपन्न व्हावे, यासाठी ते तिच्या किती बारीकसारीक गोष्टींवर लक्ष देत होते, हे एका पत्रावरून स्पष्ट होते. हे पत्र अप्रकाशित असून, त्याची फोटोप्रत कोल्हापूरच्या 'श्री शहाजी छत्रपती म्युझियम' मध्ये ठेवली आहे. हे पत्र मुळातूनच वाचण्यासारखे आहे. ते असे आहे :

कोल्हापूर लॉज, पुणे
१/१०/१९२०

चि. इंदुमती राणीसाहेब यांसी

सप्रेम लोभाची वृद्धी असावी हे वि.

एक दिवस रायबागेस राहून आज सकाळी पुण्यास आलो. येथे २/४ दिवस काम आहे. बहुतेक आज चि. स. सौ. संपन्न ताराबाईराणीसाहेब महाराज आपल्या सासूस भेटण्यास रुकडीस जातील. रोजचे रोज सदूला रुकडीस पाठवून सासुबाईंचा समाचार आणवीत जावा. त्यांना ताप येत असल्यास, तब्बेतीस बरे वाटत नसल्यास रोज सकाळी ६ वाजता रुकडीस जाऊन ९ वाजता परत यावे. अभ्यास चुकवू नये. सबंध सोनतळीस तुझ्याशिवाय कोणीच नाही. सर्व जोखीम तुजवर आहे. मामाही नाहीत व सौ. सेनापती अक्कासाहेबही (सेनापती साहेबांचे कुटुंब) नाहीत. सौ. सेनापती अक्कासाहेबास व मामास सासूप्रमाणे मानले पाहिजे, अशी माझी इच्छा आहे. त्यांनी धमकावले तरी तू धमकावून घेतले पाहिजेस, असे मी तुला नेहमी सांगत आहे; व तूही त्याप्रमाणे वागत आहेस, याबद्दल मला आनंद वाटत आहे. अशीच तुला परमेश्वर सद्‌बुद्धी देवो व हल्ली तू माझ्या आज्ञेत वागत आहेस त्यापेक्षा अधिक आज्ञेत वागण्याची बुद्धी देवो. सौ. सेनापती अक्कासाहेब व मामा यांना तुझ्या खुशालीचे पत्र शेडबाळास लिहीत जा. घोड्यावर बसताना अगर गाडीत बसताना दंगा करून कोणाला पाडू नको. जेवते वेळी सर्व मुलींना बरोबर घेऊन जेवीत जा. सर्व मुलींनी चहा घेतल्यानंतर तू चहा घेत जा. जेवते वेळी सर्व मुलींचा समाचार घेत जा. सर्व मुलींनी व नोकर लोकांनी तुझ्यावर प्रेम करावे अशा रीतीनं त्यांना वागवीत जा...

कळावे,

सप्रेम लोभाची वृद्धी असावी.

शाहू छत्रपती

इंदुमती राणीसाहेबांनी एक सुसंस्कारित व आदर्श स्त्री व्हावे, म्हणून शाहू महाराजांच्या मनात किती तळमळ होती याचे हे पत्र निदर्शक आहे!

इंदुमती राणीसाहेबांची जीवननौका क्रूर काळाने भग्न केली असली,

तरी त्या भग्न नौकेतूनच तिला मार्ग आक्रमणे प्राप्त आहे, याची जाणीव त्यांना सतत रहावी; तसेच सतत सावधान राहून जीवनातील संकटांना त्यानी सामोरे जावे, त्यासाठी त्यांचे बोधचिन्ह म्हणून 'भग्न नौकेची' महाराजांनी निवड केली होती. त्या बोधचिन्हावर "सत्याय सज्ज:" आणि 'Such is Life' असा मजकूर कोरलेला होता. महाराजांना इंदुमती राणीसाहेबांविषयी सतत काळजी वाटत होती, म्हणून त्यांच्या भावी आयुष्याची तरतूदही त्यांनी आपल्या मृत्युपत्रात करून ठेवली होती.

इंदुमती राणीसाहेबांच्या दुर्दैवाने ६ मे १९२२ रोजी मुंबईत शाहू महाराजांचे निधन झाले. त्यांचा पितृवत् आधार नाहीसा झाला. त्या निराधार झाल्या. त्यांच्या पितृशोकाला पारावार राहिला नाही; परंतु संकटांना सामोरे जाण्याचे धैर्य महाराजांनीच त्यांच्यात निर्माण केले होते.

आता इंदुमती राणीसाहेबांना सोनतळी कॅम्पच्या मोकळ्या वातावरणातून परत राजवाड्यात परतणे भाग पडले. दरबारातील कारस्थानी लोकांनी त्यांच्याविरुद्ध कुटिल कारस्थाने करण्यास सुरुवात केल्यामुळे राजवाड्यातील आप्तस्वकीयांचीही त्यांच्याविषयी संशयित दृष्टी झाली. यामुळे या षोडशवर्षीय इंदुमती राणीसाहेबांना आत्यंतिक दुःख झाले. सत्ता, संपत्ती, वैभव यांची आसक्ती न बाळगता ज्ञानाची उपासना व गोरगरिबांची सेवा करण्याचा मूलमंत्र त्यांना शाहू महाराजांनी दिला होता. त्याप्रमाणे आयुष्य कंठण्याची त्यांची इच्छा पाहून शाहू महाराजांनंतर गादीवर आलेल्या राजाराम महाराजांनी त्यांच्या निवासाची सोय नव्या राजवाड्यापासून दूर 'इंदुमती हॉल' या ठिकाणी केली. तेथे त्यांचा शिक्षणक्रम चालूच राहिला.

राजाराम महाराज सात्त्विक प्रवृतीचे होते. त्यांना इंदुमती राणीसाहेबांविषयी आदर व ममत्व होते; पण राजपरिवारातील व्यक्ती व दरबारी अधिकारी इंदुमती राणीसाहेबांच्या मार्गात काटे पेरण्याचा उद्योग सतत करीत असत. इंदुमती राणीसाहेबांनी मॅट्रिकच्या परीक्षेला बसू नये, म्हणून या मंडळींनी जंग जंग प्रयत्न केला. धमक्याही दिल्या. शेवटी इंग्रज अधिकाऱ्यांच्या मध्यस्थीने ही गोष्ट राजाराम महाराजांच्या कानावर घातल्यावर त्यांनी तातडीने त्यांची कोल्हापूरच्या केंद्रात खास सोय

केली. दरबारी कारस्थानाच्या दबावाखाली राहूनही इंदुमती राणीसाहेब त्या परीक्षेत केंद्रात दुसऱ्या आल्या.

आता इंदुमती राणीसाहेबांना शाहू महाराजांच्या इच्छेप्रमाणे दिल्लीस झनाना मेडिकल कॉलेजमध्ये उच्च शिक्षणासाठी जायचे होते. त्यासाठी त्यांनी प्रयत्नांची पराकाष्ठा चालविली. शाहू महाराजांचे बंधू बापूसाहेब महाराज (कागलचे राजे) यांना मध्यस्थीसाठी त्यांनी विनंतीपत्र लिहिले; पण राजपरिवार व दरबारी मंडळी याचा कडवा विरोध व कारस्थाने यांच्या दबावाखाली राजाराम महाराज त्यांना दूर दिल्लीस शिक्षणासाठी पाठवू शकले नाहीत. अशा परिस्थितीत इंदुमती राणीसाहेबांचेच नव्हे, तर शाहू महाराजांचे स्वप्न अधुरे राहिले.

इंदुमती राणीसाहेबांच्या जीवनात आता प्रचंड पोकळी निर्माण झाली. मॅट्रिकच्या परीक्षेनंतर आता शिक्षणही बंद झाले होते. आतापर्यंत शिक्षण देणाऱ्या शिक्षकांनाही दरबारने रजा दिली होती. एक असहाय विधवा राणी म्हणून जिणे जगायचे, की शाहू महाराजांच्या शिकवणुकीप्रमाणे स्वाभिमानी अर्थपूर्ण जीवन जगायचे, हा प्रश्न त्यांच्यासमोर उभा राहिला. भविष्यकाल अंधारमय वाटत असतानाच इंदुमती राणीसाहेबांच्या साह्याला त्यांची इंग्लिश कम्पॅनियन मिस् केंड्रीक आणि कोल्हापूरचे रेसिडेन्ट मि. पॉटिंजर व मिसेस पॉटिंजर ही मंडळी धावून आली.

मिस् केंड्रीक या इंदुमती राणीसाहेबांच्या केवळ सहचरी नव्हत्या; त्यांच्या ठिकाणी मातेचे हृदय होते. त्या सुविद्य व सुसंस्कारित असल्याने त्यांनी इंदुमती राणीसाहेबांच्या ठिकाणी ग्रंथवाचनाची व निरनिराळ्या कलांची गोडी निर्माण केली. इतकी, की अल्पावधीत विविध विषयांवरील ग्रंथ वाचनाचे त्यांना वेडच लागले. त्यांच्या निवासस्थानी नाट्यशास्त्रापासून महाभारत-रामायणापर्यंत आणि विविध प्रकारच्या ज्ञानकोशांपासून इतिहास-राज्यशास्त्रापर्यंत विविध विषयांवरील ग्रंथ जमा होऊन एक सुसज्ज ग्रंथालय उभे राहिले. रेसिडेन्टनी आपल्या पत्नीला पुढे करून इंदुमती राणीसाहेबांसाठी खास 'वनिता समाज' नावाचा क्लब काढला. तेथे निरनिराळ्या प्रकारच्या खेळांच्या सुविधा निर्माण केल्या. आता इंदुमती राणीसाहेबांचे मन ग्रंथांत आणि या क्लबात रमू लागले. ग्रंथांच्या वाचनाने त्यांची ज्ञानोपासना अखंड चालू राहिली. अभिजात नाट्यसंगीतासारख्या कलांचे छंद त्यांनी येथून पुढे आयुष्यात जोपासले.

राजर्षी शाहू महाराजांनी आपल्या कारकिर्दीत स्त्रीशिक्षणाचा जोरदार पुरस्कार केला होता. आपल्या विधवा सुनेला शिक्षण देण्याचा उपक्रम सुरू करून त्यांनी समाजासमोर एक क्रांतिकारी उदाहरण ठेवले होते. पुढे इंदुमती राणीसाहेबांनी महाराजांच्या या पुरोगामी विचाराचा वारसा चालविल्याचे दिसून येते. नाशिक येथील 'अखिल मराठा महिला शिक्षण परिषदेच्या' अधिवेशनाच्या अध्यक्षा म्हणून राणीसाहेबांस निमंत्रित केले होते. त्या अधिवेशनातील आपल्या अध्यक्षीय भाषणात स्त्रीमुक्तीबद्दलचे विचार व्यक्त करताना त्या म्हणाल्या होत्या :

"स्त्री ही पराधीन झाली आहे. ती घराण्याची प्रतिष्ठा, पडदानशीनता आणि रूढीप्रियता यामुळे शिक्षणास वंचित झाली आहे. स्त्रियांच्या उत्कर्षासाठी तिला प्रथम शिक्षित व स्वावलंबी केले पाहिजे." अशा प्रकारे अबलांना सबला बनविण्यासाठी स्त्री-मुक्ती चळवळीची कल्पना त्यांनी मांडली आणि ती मूर्त स्वरूपात आणण्याचेही त्यांनी ठरविले. या अधिवेशनात शांताबाई दौंडकर, हिराबाई भापकर, डॉ. पंजाबराव देशमुखांच्या पत्नी विमलाबाई, मालतीबाई शिरोळे, आनंदीबाई शिर्के अशा अनेक नामवंत स्त्री कार्यकर्त्या उपस्थित होत्या. त्या सर्वांवर इंदुमती राणीसाहेबांच्या व्यक्तिमत्त्वाचा व विचारांचा मोठा प्रभाव पडल्याचे दिसून येते.

पुढे लवकरच मे १९५३मध्ये राणीसाहेबांनी कोल्हापूरमध्ये 'अखिल भारतीय महिला शिक्षण परिषदेचे' अधिवेशन आयोजित केले. या अधिवेशनात त्या स्वत: स्वागताध्यक्ष होत्या. त्यांच्या मोठ्या जाऊबाई विजयमाला राणीसाहेब, सोंडूरच्या व अक्कलकोटच्या महाराणीसाहेब, सरदार व जहागिरदार घराण्यातील उच्चभ्रू स्त्रियांच्या बरोबरच त्यांनी सामान्य स्त्रियांचाही या अधिवेशनात सहभाग घडवून आणला होता. 'स्त्री-शिक्षण' हाच विषय या अधिवेशनाचा केंद्रबिंदू होता. आपल्या स्वागताध्यक्षीय भाषणात राणीसाहेब म्हणतात, "पुरुषाचे शिक्षण हे एका व्यक्तीचे शिक्षण असते; पण स्त्रीचे शिक्षण म्हणजे सबंध कुटुंबाचे शिक्षण असते, असे जे म्हणतात ते अगदी सत्य आहे. मुलांच्या शिक्षणावर जितके आपण लक्ष देतो, त्याहून मुलींच्या शिक्षणावर अधिक लक्ष एकवटणे हे महत्त्वाचे आहे. हे ओळखून स्त्रियांमध्ये स्त्री-शिक्षण प्रसाराचे काम जोराने सुरू केले पाहिजे. त्यांना मुलांची

जोपासना, आहारशास्त्र, आरोग्यशास्त्र, सफाईचे शास्त्र, रोग्यांची शुश्रूषा, जोडधंदे शिकविणे आवश्यक आहे आणि सर्वांत महत्त्वाचे म्हणजे ज्या योगे त्यांची मने भोळसट धार्मिक समजुतीतून मुक्त होतील, असा प्रचार करावयास पाहिजे.''

उपरोक्त उद्दिष्टानुसार इंदुमती राणीसाहेबांनी निरनिराळ्या स्वरूपाच्या शिक्षणसंस्था काढण्याचे ठरविले. या दृष्टीने हे अधिवेशन म्हणजे कोल्हापूरच्या सामाजिक व शैक्षणिक क्षेत्रात महत्त्वपूर्ण घटना ठरली. स्त्रियांची अस्मिता जागृत व्हावी, त्यांना सामाजिक प्रश्नांची जाण यावी, स्त्रीने उंबरठा न ओलांडण्याचे व्रत सोडून समाजात यावे, यासाठी राणीसाहेबांनी 'ललिता विहार' या संस्थेची स्थापना केली. पुरोगामी विचाराच्या साहित्यिक आनंदीबाई शिर्के यांच्या हस्ते ४ एप्रिल १९५४ रोजी या संस्थेची मुहूर्तमेढ रोवली. या संस्थेतील स्त्रियांमधूनच स्त्री-शिक्षणाचे कार्य करण्यासाठी अनेक कार्यकर्त्या पुढे आल्या.

पुढे लवकरच राणीसाहेबांनी 'महाराणी शांतादेवी गायकवाड गृहशास्त्र शिक्षण संस्था' ही दुसरी संस्था स्थापन केली. या संस्थेद्वारे मुलींना भविष्यकाळातील सांसारिक जबाबदारी स्वावलंबनाने व स्वाभिमानाने पेलण्याचे सामर्थ्य देणारे उपक्रम सुरू केले. या उपक्रमांपैकी एक महत्त्वाचा उपक्रम म्हणजे त्यांनी स्थापन केलेले 'महाराणी विजयमाला छत्रपती गृहिणी महाविद्यालय.' आपल्या मोठ्या जावेच्या (छत्रपती राजाराम महाराजांच्या राणी) नावे ही संस्था काढून त्यांनी स्त्रियांपुढे एक आदर्श घालून दिला.

या गृहिणी महाविद्यालयामध्ये S.S.C झालेल्या मुलींसाठी सुरू केलेल्या अभ्यासक्रमात मुलांचे मानसशास्त्र, शरीरशास्त्र, आरोग्यशास्त्र, बालसंगोपन, प्रथमोपचार, रोग्यांची शुश्रूषा, आहारशास्त्र, शिवणकाम, धुलाई, भरतकाम, कशिदाकाम, स्वयंपाकशास्त्र या विषयांबरोबर मराठी, सामान्यज्ञान, चित्रकला, गायन आदी विषयही शिकविले जात. अशा प्रकारच्या शिक्षणाने परिपूर्ण स्त्री बनविण्याचा त्यांचा प्रयत्न होता.

राणीसाहेबांच्या नजरेतून विधवा, गरीब, असाहाय्य, अर्धवट शिक्षित प्रौढ स्त्रियाही सुटल्या नाहीत. त्यांच्यासाठी त्यांनी 'औद्योगिक कलाभवन' नावाची एक वेगळी संस्था काढली. या संस्थेमध्ये शिवणकाम, भरतकाम, कशिदा व कोंबडी-पालनासारखे व्यवसाय शिक्षण दिले जाऊ लागले.

या शिक्षणसंस्थेत शिक्षण घेतलेल्या स्त्रियांना शिक्षिकेची अगर समाजसेविकेची नोकरीही मिळू लागली. अनेक स्त्रियांनी शिवणकाम, कशिदा कामाचे वर्गही सुरू केले. पुढे १९६१ साली मुलींसाठी राणीसाहेबांनी 'मॉडेल हायस्कूल'ही काढले. अशा प्रकारच्या संस्थांमुळे कोल्हापुरात स्त्री-शिक्षणाचे एक संकुलच उभे राहिले आहे.

वयाच्या बाराव्या वर्षी वैधव्य आलेल्या इंदुमती राणीसाहेबांनी आपल्या आयुष्यात कोसळलेल्या संकटांनी खचून न जाता राजर्षी शाहूंच्या प्रेरणेने समाजसेवेचा, विशेषत: स्त्रियांच्या उद्धाराचा वसा आयुष्याच्या अखेरपर्यंत चालविला आणि राजर्षींच्या समाजसुधारणेच्या लौकिकात भरच टाकली.

वयाच्या ६५व्या वर्षी जलाल नागीन या विकाराने इंदुमती राणीसाहेबांना पछाडले व त्यातच त्यांचे दिनांक ३० नोव्हेंबर १९७१ रोजी निधन झाले. कोल्हापुरातील एक अत्यंत सुसंस्कारित, शालीन, शाही व्यक्तिमत्त्व काळाच्या पडद्याआड गेले. इंदुमती राणीसाहेबांना आपल्या आयुष्यात चक्रवर्ती राजगोपालाचारी, व्ही. पी. मेनन, सुब्बालक्ष्मी, बालगंधर्व, आचार्य अत्रे, माडखोलकर, रँग्लर नारळीकर, डॉ. राधाकृष्णन यांसारख्या विविध क्षेत्रांतील मोठ्या व्यक्तींचा सहवास घडला. या सर्वच व्यक्ती इंदुमती राणीसाहेबांच्या व्यक्तिमत्त्वाने भारावून गेल्या होत्या. अभिजात सौंदर्य, अस्सल खानदानी आदब, शालीनता, कुलीनता, विनय, संगीतादी कलांची आवड, वाङ्मयाचा व शास्त्रांचा अभ्यास इत्यादी गुणांनी त्यांचे व्यक्तिमत्त्व मंडित झाले होते.

इंदुमती राणीसाहेब म्हणजे 'आदर्श भारतीय स्त्री' असेच उद्गार यापैकी अनेकांनी काढले आहेत. भारताचे माजी राष्ट्रपती व आंतराष्ट्रीय कीर्तीचे तत्त्वज्ञानी डॉ. राधाकृष्णन हे त्यापैकी एक होत. आपल्या कोल्हापूरभेटीत इंदुमती राणीसाहेबांच्या दर्शनाने ते इतके प्रभावित झाले की, ते उत्स्फूर्तपणे म्हणाले होते, "कोल्हापूरची तीन वैशिष्ट्ये आहेत. पहिले आहे कोल्हापूरचे ज्ञानतीर्थ शिवाजी विद्यापीठ, दुसरे आहे कोल्हापूरचे भक्तितीर्थ श्री महालक्ष्मी आणि तिसरे आहे भारतीय संस्कृतीचे प्रतीक देवी इंदुमती राणीसाहेब!"

संदर्भ ग्रंथ

१. इंदुमती राणीसाहेब - कृ. गो. सूर्यवंशी, आवृत्ती पहिली, १९७६

२. स्मृतिसुगंध (इंदुमती देवी राणीसाहेब स्मरणिका) - महाराणी शांतादेवी गृहशास्त्र शिक्षण संस्था, कोल्हापूर, १९७२

३. राजर्षी शाहू छत्रपती यांचे अंतरंग - वा. द. तोफखाने, १९६३

४. राजर्षी शाहू : शिक्षणविषयक विचार आणि कार्य - प्राचार्य रा. तु. भगत, १९८१

५. राजर्षी शाहू महाराज यांच्या आठवणी - माधवराव बागल, १९५०

६. राजर्षी शाहू : राजा व माणूस - कृ. गो. सूर्यवंशी, १९८४

७. शाहू महाराजांचे इंदुमती राणीसाहेबांना लिहिलेले अप्रकाशित पत्र - श्री शहाजी छत्रपती म्युझियम, कोल्हापूर

विशेष टीप :- अखिल महाराष्ट्र इतिहास परिषदेच्या स. १९९५च्या नागपूर अधिवेशनात वाचलेला शोधनिबंध.

◆

राजर्षी शाहू राज्यातील पहिल्या स्त्री डॉक्टर : डॉ. कृष्णाबाई केळवकर

कोल्हापूरच्या राजर्षी शाहू छत्रपती महाराजांनी आपल्या कारकिर्दीत अनेक क्षेत्रांतील कर्तबगार व्यक्तींना राजाश्रय दिला. कलावंत व सामाजिक कार्यकर्ते यांची एक दमदार पिढीच त्यांनी तयार केली. त्यांच्या काळात, त्यांच्या आश्रयाने उदयास आलेले केळवकर घराणे म्हणजे अनेक बुद्धिमान स्त्री-पुरुषांचे मोहोळच होते. एकाच घरात एवढ्या कर्तबगार व्यक्ती निर्माण व्हाव्यात, ही एक विस्मयजनक सामाजिक घटना होती.

कृष्णाजी दादाजी आणि रखमाबाई हे केळवकर दांपत्य कोल्हापूर दरबारच्या निमंत्रणाने स. १८८३ साली कोल्हापुरास आले आणि तेव्हापासून केळवकरांचा कोल्हापूरशी एक अतूट नात्याचा संबंध सुरू झाला. त्या वर्षी कोल्हापूरच्या चौथ्या शिवाजी महाराजांच्या, आनंदीबाई या राणीच्या शिक्षिका म्हणून दरबारने रखमाबाईंची नेमणूक केली होती; पण दुर्दैवाने शिवाजी महाराजांचे अकाली निधन झाले व राणीचे शिक्षणातून मन उडाले. तेव्हा दरबारने त्यांना कोल्हपुरातील 'फीमेल ट्रेनिंग कॉलेज' मध्ये शिक्षिका म्हणून नेमले. संस्थानातील स्त्रियांच्या शिक्षण खात्यावर लेडी सुपरिंटेंडेंट म्हणून त्या वेळी मिस् लिटल नावाच्या एक इंग्रज बाई होत्या. त्यांच्या हाताखाली रखमाबाई काम

करू लागल्या. पुढे स. १८९५साली मिस् लिटल इंग्लंडला रवाना झाल्या, तेव्हा दरबारने त्यांच्या जागेवर रखमाबाईंना बढती दिली.

१९व्या शतकात महाराष्ट्रात रूढीविरुद्ध बंड पुकारून जगावेगळे मार्ग चोखाळणारी जी काही मोजकी मंडळी होऊन गेली, त्यापैकी कृष्णाजी दादाजी हे एक होत. वसई गावी त्यांचा जमीनजुमला होता. घरची परिस्थिती चांगली होती, म्हणूनच ते मुंबईच्या 'ग्रँट मेडिकल कॉलेज' मध्ये वैद्यकीय शिक्षण घेऊन डॉक्टर होऊ शकले. कृष्णाजी मुळात हरहुन्नरी, विद्याव्यासंगी व बंडखोर विचारांचे होते. उच्चकुलीन क्षत्रिय मराठा असूनही त्यांनी जातपात मानली नाही. वयाच्या २०व्या वर्षी त्यांनी १३ वर्षांच्या रखमाबाईशी लग्न केले. रखमाबाई कायस्थ समाजातील होत्या. त्या काळी असा आंतरजातीय विवाह करणे म्हणजे सामान्य धाडस नव्हते!

रखमाबाई अशिक्षित होत्या; पण स्त्रियांनी शिक्षण घेतले पाहिजे, या विचाराने कृष्णाजी दादाजी झपाटले असल्याने त्यांनी घरच्या घरीच रखमाबाईंस स्वत: शिकवले. मराठी, इंग्रजी, इतिहास, भूगोल, संस्कृत इत्यादी विषयांत रखमाबाईंनी शाळेत न जाता मोठी प्रगती केली. कृष्णाजी दादाजींना रखमाबाईंस घरात कोंडून ठेवायचे नव्हते. मुळातच अत्यंत तल्लख बुद्धी असणाऱ्या आपल्या पत्नीने शिक्षणाच्या क्षेत्रात कर्तबगारी करून दाखवावी, असे त्यांना वाटे. म्हणून त्यांनी रखमाबाईंस पुण्याच्या 'फीमेल ट्रेनिंग कॉलेज' मध्ये दाखल केले. या कॉलेजचा अभ्यासक्रम उत्तम प्रकारे करून त्या पहिल्या वर्गात उत्तीर्ण झाल्या. कॉलेजच्या प्राचार्या मिचेल यांनी त्यांना कॉलेजातून बाहेर पडताना शिफारसपत्र दिले. त्यात त्यांनी म्हटले होते, "सौ. रखमाबाई या पुण्याच्या ट्रेनिंग कॉलेजातील अतिउच्च परीक्षा अतिशय उत्तम रीतीने व अगदी पहिल्या प्रतीच्या पास झाल्या आहेत. तशाच त्या उत्तम सद्‌गुणी व अप्रतिम सदाचरणी असून उत्तम प्रतीच्या शिक्षिका आहेत."

हे शिफारसपत्र पाहूनच ब्रिटिश सरकारने कोल्हापूरच्या राणीच्या शिक्षिका म्हणून रखमाबाईंचे नाव कोल्हापूर दरबाराला सुचविले होते. दरबारनेही ही सूचना लगेच अमलात आणली होती. या रखमाबाई १९२२ सालापर्यंत आपल्या पदावर राहून आदर्श शिक्षिका म्हणून संस्थानात प्रसिद्धी पावल्या.

अशा या सुविद्य दांपत्याच्या पोटी जन्मास आलेली मुलेही मोठी बुद्धिमान व कर्तबगार निघाली. द्वारकाबाई, कृष्णाबाई, यमुनाबाई, अहिल्याबाई या मुली व श्यामराव, माधवराव व यशवंतराव हे मुलगे अशी सारीच अपत्ये आपापल्या क्षेत्रामध्ये बुद्धिवैभवाने चमकून गेली. द्वारकाबाई मॅट्रिक परीक्षा उत्तम रीतीने पास होऊन परदेशी उच्च शिक्षणासाठी जाऊन डॉक्टर झाल्या. पुढे लग्न करून मध्यप्रदेशात त्यांनी स्त्री-शिक्षणास वाहून घेतले. यमुनाबाई बी. ए. होऊन शिक्षिका झाल्या. त्यांचे लाला हरकिशनलाल या पंजाबमधील नेत्याशी लग्न झाले; पण त्यांचे अकाली निधन झाले. अहिल्याबाई शिकून गणितज्ज्ञ बनल्या. हैदराबादेच्या डॉ. मल्लण्णा श्रीनागेश यांच्याशी त्यांचा विवाह झाला. पुढे भारताचे सरसेनापती झालेले सत्यवंत श्रीनागेश हे या दांपत्याचे सुपुत्र होत. केळवकर पुत्रांपैकी माधवराव भारताचे पहिले 'ड्रग कन्ट्रोलर' बनले. श्यामराव बॅरिस्टर होऊन कोल्हापूरच्या लॉ कॉलेजचे संस्थापक झाले. यशवंतराव हे असामान्य बुद्धीचे होते. ते आय.सी.एस. होऊ शकले असते; पण त्यांनी समाजसेवेचे व्रत म्हणून 'विद्यापीठ' नावाच्या हायस्कूलच्या मुख्याध्यापकाची जागा स्वीकारली. वयाच्या अवघ्या २८व्या वर्षी ते गेले. या सर्व मुलांमुलींत चमकल्या त्या डॉ. कृष्णाबाई केळवकर! या सर्वांच्या पाठीशी कृष्णाजी दादाजी व रखमाबाई या पती-पत्नीची शिक्षणाविषयीची जबरदस्त जिद्द आणि अथक परिश्रम उभे होते.

१८८४ साली पुण्यात न्या. रानडे, डॉ. भांडारकर, डॉ. विश्राम रामजी घोले आदी मंडळींनी मुलींच्या हायस्कूलची स्थापना केली. अशा प्रतिष्ठित शाळेत आपल्या मुलींनी शिकावे म्हणून केळवकर दांपत्याची इच्छा होती. म्हणून त्यांनी १८८६ साली आपल्या द्वारका, कृष्णा व यमुना अशा तीन मुलींना घेऊन आठ दिवस बैलगाडीने प्रवास करून पुणे गाठले आणि ती शाळा मुलींना दाखवली. पुढच्या वर्षी पुणे-मिरज रेल्वे सुरू झाली. या मुली आपल्या आजीसोबत रेल्वेने पुण्यास आल्या आणि 'हुजूरपागा हायस्कूल' मध्ये दाखल झाल्या. प्रारंभी या मुली न्या. रानड्यांच्या वाड्यात राहात होत्या; नंतर त्या हुजूरपागेत गेल्या.

याच हायस्कूलमधून १८९४ साली कृष्णाबाई वयाच्या १४व्या वर्षी मॅट्रिक परीक्षा पास झाल्या. संपूर्ण मुंबई इलाख्यात त्यांचा दहावा क्रमांक

आला. अशा आपल्या बुद्धिमान कन्येने कॉलेजात जाऊन उच्च शिक्षण घ्यावे, असे कृष्णाजी दादाजींना वाटत होते. त्या वेळी फर्ग्युसन कॉलेजचे प्राचार्य होते आगरकर. ते स्त्री-शिक्षणाचे कैवारी होते. कॉलेजच्या स्टाफवर गोपाळ कृष्ण गोखल्यांसारखे मातब्बर सुधारक होते. या दोघांनी इतर प्राध्यापकांचा विरोध असतानाही कृष्णाबाईंना कॉलेजमध्ये प्रवेश दिला. गोदूबाई देशपांडे ही आणखी एक मुलगी अशीच भाग्यवान ठरली. कृष्णाबाई व गोदूबाई ह्या फर्ग्युसनच्या पहिल्या विद्यार्थिनी झाल्या. त्यांना यायला-जायला स्वतंत्र जिना असे; चिकाच्या पडद्याच्या आत बसून वर्गात शिकावे लागे. जिथे ह्या मुली पडदानशीन होऊन शिकत होत्या, तिथे तत्कालीन समाजाची स्त्रियांच्या शिक्षणाकडे बघण्याची दृष्टी कशी होती, याची कल्पना येते. कॉलेजात मुलामुलींनी एकमेकांशी बोलणे तर फारच दूरची गोष्ट होती. पुढे कृष्णाजी दादाजींनीच या पडदा पद्धतीस विरोध करून ती दूर करण्याची व्यवस्था करविली.

१८९५साली कृष्णाबाई इंटर आर्ट्स परीक्षा सर्वाधिक गुण मिळवून उत्तीर्ण झाल्या. त्यांना गंगाबाई भट स्कॉलरशिप मिळाली. त्याच साली प्रि. आगरकर गेले. त्यांना फर्ग्युसनमधील या दोन मुलींचे फार कौतुक वाटे. मृत्यूपूर्वी कृष्णाबाई व गोदूबाई त्यांना भेटायला गेल्या, त्या वेळी ते म्हणाले होते, ''तुम्हाला ग्रॅज्युएट झालेले पाहण्याचे माझ्या नशिबात नाही!''

कृष्णाबाई फार भाग्यवान विद्यार्थिनी होत्या. त्यांना शिकविण्यास नाम. गोखले, रँग्लर परांजपे, महर्षी कर्वे यांसारखे थोर थोर प्राध्यापक होते. हुजूरपागा हायस्कूलच्या सुवर्ण महोत्सवी ग्रंथात १९३४ साली वेणूताई पानसे यांनी कृष्णाबाईंच्या विद्यार्थीदशेबद्दल म्हटले आहे, ''बुद्धिमत्ता व गोड स्वभाव यामुळे कृष्णाबाई बरोबरीच्या विद्यार्थिनींच्या व अध्यापिकांच्या फार आवडत्या असत. कृष्णाबाईंची सतेज मुद्रा, सौजन्य व प्रेमळपणा यामुळे मुलींना त्या एखाद्या हिरॉईनप्रमाणे वाटत!''

फर्ग्युसनमध्ये दोन वर्षे शिकल्यानंतर कृष्णाबाई कोल्हापूरला आल्या आणि राजाराम कॉलेजमध्ये त्यांनी आपले नाव दाखल केले. राजारामच्याही त्या पहिल्या विद्यार्थिनी ठरल्या. कृष्णाजी दादाजी व रखमाबाई यांना आपल्या कन्येने डॉक्टर व्हावे, असे वाटत होते. त्यांची ती जिद्द होती; पण गोखल्यांसारख्या तत्कालीन प्रागतिक विचारांच्या पुढाऱ्यांससुद्धा

केळवकर कुटुंबाचे हे मोठे धाडस वाटत होते. त्यांनी कृष्णाजी दादाजींचे मन वळविण्याचा प्रयत्न केला. ''मुलींनी वैद्यकीय अभ्यासक्रम घ्यावा अशी सामाजिक परिस्थिती नाही. कृष्णाबाईंना आर्ट्सला प्रवेश घेऊ द्या, तुम्हाला आम्ही स्कॉलरशिप देतो; पण राजाराम कॉलेज सोडू नका,'' असा त्यांना आग्रह केला; पण तो केळवकर दांपत्याने मानला नाही.

१८९४ साली कोल्हापूरच्या गादीवरील शाहू महाराजांना राज्याधिकार मिळाला होता. त्यांनी पुरोगामी सामाजिक व शैक्षणिक धोरणांचा स्वीकार सुरू केला होता. त्यानुसार शाहू महाराजांनी कृष्णाबाईंसारख्या हुशार विद्यार्थिनीस राजाश्रय दिला व दरबारची खास शिष्यवृत्ती देऊन मुंबईस ग्रँट मेडिकल कॉलेजमध्ये शिकण्यास पाठविले. शिक्षण पूर्ण झाल्यावर कोल्हापूरच्या 'अलबर्ट मेमोरियल हॉस्पिटल' मध्ये कृष्णाबाईंनी पाच वर्षे वैद्यकीय सेवा करावी, अशी अट घालण्यात आली होती. केळवकर दांपत्याची दुर्दम्य इच्छा फळास आली. कृष्णाबाई ग्रँट मेडिकल कॉलेजमध्ये विद्यार्थी म्हणून दाखल झाल्या – (स. १८९६).

दुसऱ्याच वर्षी मुंबईत प्लेगने धुमाकूळ घातला. कृष्णाबाई ह्या बॅ. केशवराव देशपांडे या मूळच्या कोल्हापूरच्या असलेल्या परिचितांच्या घरी राहत होत्या. बॅ. देशपांड्यांना याच वेळी बडोद्याच्या महाराजा सयाजीराव महाराजांकडे नोकरी लागली. त्यांनी आपल्याच चाळीत एका खोलीत कृष्णाबाईंची सोय केली; पण हळूहळू प्लेगच्या भीतीने चाळीतील सर्व रहिवासी आपापल्या गावी निघून गेले आणि कृष्णाबाई ही एकटीच मुलगी चाळीत राहिली. कृष्णाबाई आपल्या आठवणीत लिहितात –

''एक पोरगा खानावळीचे ताट सकाळ-संध्याकाळ आणून देत असे व दाराला आतून कडी लावून मी मुकाट्याने आत झोपत असे. त्या चाळीत एकही स्त्री राहिलेली नव्हती. तेथे मी कसेबसे पाच-सहा दिवस काढले. त्या वेळी मलबार हिलवर न्या. रानडे राहत असत. त्यांच्या पत्नीस, रमाबाई यांना मी माझी सारी हकिकत पत्राने लिहून कळविली. माझे पत्र पोचताच त्याच दिवशी आपली गाडी घेऊन त्या चाळीच्या दाराशी आल्या व माझी एकंदर दु:स्थिती पाहून त्यांचे डोळे अश्रूंनी भरून आले. लागलीच माझी पुस्तकांची पेटी व दोन लुगडी गाडीत

घालून त्या मला आपल्या बंगल्यावर घेऊन गेल्या. पुढे प्लेग संपला; पण माझे त्यांच्या येथील राहणे मात्र संपले नाही. यानंतर सर्जिकल केसेसकरिता व बाळंतपणाच्या केसेसाठी मला कॉलेजजवळ राहणे भागच होते. म्हणून मला न्यायमूर्तींचे घर सोडावे लागले. जाताना मी न्या. रानडे यांना नमस्कार करू लागले. तेव्हा ते म्हणाले, "मुलगी का जाते आहे?" त्यांनी मला मुलीप्रमाणे मानावे यात काहीच आश्चर्य नव्हते!"

ज्यांनी या देशाच्या इतिहासाच्या जडणघडणीचे कार्य केले, त्या न्या. रानडे, नाम. गोखले, प्रि. आगरकर, महर्षी कर्वे यांसारख्या दिग्गज व्यक्तींचे पालकत्व कृष्णाबाईंस लाभावे ही खरोखरीच मोठी भाग्याची गोष्ट होती.

ग्रँट मेडिकल कॉलेजच्या पहिल्या व दुसऱ्या वर्षीच्या परीक्षांत कृष्णाबाईंनी उज्ज्वल यश संपादन केले. कॉलेजच्या स्नेहसंमेलनात त्यांना इतकी पारितोषिके मिळाली, की त्यांना ती एकटीने घरी कशी न्यायची ही चिंता पडली! पुढे स. १९०१ साली त्या मुंबई विश्वविद्यालयाची एल. एम. अँण्ड एस.ची परीक्षा पहिल्या वर्गात उत्तीर्ण झाल्या. चार्लूस मुरहेड पदकही त्यांनी प्राप्त केले. कोल्हापूर दरबारच्या झालेल्या करारानुसार ग्रँट मेमो. हॉस्पिटलमध्ये स्त्री-वैद्यकीय अधिकारी म्हणून नेमणूक केली गेली. चौदा वर्षांपूर्वी १८८७ साली परदेशातील उच्च वैद्यकीय शिक्षण प्राप्त केलेल्या भारताच्या पहिल्या स्त्री डॉक्टर आनंदीबाई जोशी यांना कोल्हापूर दरबारने आपल्या हॉस्पिटलमध्ये नेमायचे ठरविले होते. दुर्दैवाने त्यांच्या अकाली मृत्यूने ते शक्य झाले नव्हते. आता त्या जागेवर डॉ. कृष्णाबाईंची नेमणूक शाहू महाराजांनी केली होती.

हॉस्पिटलमध्ये रुजू होताच कृष्णाबाईंनी स्त्रियांच्यासाठी खास विभाग असावा, असा हट्ट शाहू महाराजांकडे धरला. कृष्णाबाई लिहितात, "शाहू महाराजांनीही माझा तो हट्ट पुरविला. मी संपूर्ण हॉस्पिटल हातामध्ये घेतले तो काय, नर्सेस अगदी कमी प्रतीच्या व कमी नीतीच्या, कम्पाऊंडर्स व इतर नोकर फसविण्यात तरबेज. दुय्यम सहकारी आपापल्या प्रॅक्टिसमध्ये गुंतलेले. मी अगदी गांगरून गेले. मी स्त्री डॉक्टर. शिष्यवृत्ती घेऊन शिकून आलेली व प्रसूतिशास्त्राचा खास अभ्यास केलेली. तेव्हा मला बराच डौल होता; पण माझा हा डौल बरोबरीच्या डॉक्टरांना खपत

नसे. आणि अगदी सुरुवातीलाच मला अनुभव तरी कोठून येणार? सर्वांना वाटे, बाई म्हणून परीक्षेत पास झालेली, हिला येते काय? पुढे काही वर्षांनी ही परिस्थिती पालटली व माझा जम बसला.''

कृष्णाबाई ह्या केळवकर दांपत्याप्रमाणेच शिक्षणाचा प्रचंड हव्यास धरणाऱ्या होत्या. आपल्या क्षेत्रातील अद्ययावत व उच्च शिक्षण आपण घ्यायला हवे, हा ध्यास त्यांना सतत होता. म्हणूनच त्यांनी हिंदी मुलींसाठी इंग्लंडातील एक स्कॉलरशिप मिळवून आता इंग्लंडला F.R.C.S. होण्यासाठी जायचे ठरविले. शाहू महाराजांनी त्यांचा हाही हट्ट पुरविला. कोल्हापूर दरबारने त्यांना इंग्लंडला जायला संमती दिली व शिक्षणाच्या कालावधीत पूर्ण पगारही द्यायचे ठरवले. दरबारच्या या निर्णयाविषयी स. १९०१-०२च्या प्रशासकीय अहवालात पुढील नोंद मिळते –

''Miss. Krishnabai Kelavkar educated at the expense of the state, at the Grant Medical College succeeded in passing L.M & S. examination with honours and was appointed as Lady Doctor in the A.E. Hospital here. She joined her appointment in the month of January last and having obtained a scholarship open to the Native Ladies in India proceeded to England with the permission of His Highness with a view to improve her professional knowledge and obtain a British Diploma.''

शाहू महाराजांचा निरोप घेऊन कृष्णाबाई इंग्लंडला बोटीने एकट्याच निघाल्या. खरे म्हणजे एकट्या मुलीने इतक्या दूरच्या परदेशचा प्रवास करणे ही गोष्ट त्या काळात किती धाडसाची व अप्रूप वाटणारी होती, याची आज आपण कल्पना करू शकणार नाही. बोटीवर प्रार्थना समाजाचे पुढारी सर चंदावरकर भेटले. एक महाराष्ट्रीयन मुलगी उच्च शिक्षणाच्या ध्यासाने एवढे मोठे धाडस करून एकटीच इंग्लंडला निघाल्याचे पाहून त्यांना कृष्णाबाईंचे मोठे आश्चर्य वाटले. त्यांना कौतुकही वाटले. त्यांनी कृष्णाबाईंना या कौतुकापोटी दहा पौंड बक्षीस दिले आणि लंडनमध्ये कुठे राहणार म्हणून चौकशी केली. तेथे गेल्यावर काय ते ठरविणार, असे कृष्णाबाईंनी सांगताच ते म्हणाले, ''ते लंडन आहे. असे कसे तू निघालीस?'' मग त्यांनी त्यांना लंडनमधील भारतीय मुलांची सोय करणाऱ्या व्यक्तींची नावे व पत्ते दिले. त्यांचा

कृष्णाबाईंना मोठा उपयोग झाला. लंडनमध्ये त्यांच्या राहण्याची सोय होऊ शकली.

ज्या स्कॉलरशिपच्या जिवावर कृष्णाबाई इंग्लंडला आल्या होत्या, त्याबाबत मात्र त्यांच्या पदरी घोर निराशा पडली. स्कॉलरशिप देणाऱ्या संस्थेचा पत्ता शोधत त्या कार्यालयाच्या दाराशी पोहचल्या खऱ्या; पण त्यांना दहा मिनिटे उशीर झाला. पत्ता शोधण्यात हा वेळ लागला; पण दारातच संबंधित इंग्रज बाईने, 'तू ठरलेल्या वेळेत आली नाहीस, सबब तू स्कॉलरशिप घेण्यास अयोग्य आहेस,' असे फणकाऱ्याने सांगून दार बंद केले. खरे तर कृष्णाबाईंवर हा फार मोठा आघात होता. इंग्लंडमध्ये शिकण्याच्या त्यांच्या स्वप्नांचा चुराडा करणारी ही घटना होती; पण कृष्णाबाईंनी स्वत:स सावरले आणि त्यांनी आपणहून F.R.C.S. पदवीसाठी प्रवेश मिळविण्याचे ठरविले; पण तिथेही त्यांचे दुर्दैव आडवे आले. F.R.C.S. परीक्षेच्या कोर्ससाठी विद्यार्थ्यांचे वय कमीत कमी २४ वर्षे लागत असे. कृष्णाबाई २२ वर्षांच्या होत्या. तुला आणखी दोन वर्षे थांबावे लागेल, असे तेथील अधिकाऱ्यांनी सांगितले. कृष्णाबाईंच्या पदरी पुन्हा निराशा पडली;

पण कृष्णाबाईंनी रिकाम्या हाती इंग्लंडमधून जायचे नाही असे ठरविले होते. त्यांनी आयर्लंडमधील डब्लीन शहरी जाऊन 'मिडवायफरी'चा डिप्लोमा करण्याचे ठरविले व त्याप्रमाणे तो पदरात पाडून त्या मायदेशी परतल्या.

ही गोष्ट स. १९०२ सालातील होय. त्या वर्षी इंग्लंडमध्ये सातव्या एडवर्ड बादशहाचा राज्यारोहण समारंभ मोठ्या वैभवाने साजरा झाला. खुद्द शाहू महाराजही या समारंभास हजर होते. त्या समारंभात इंग्रज लोकांची त्यांच्या राजाबद्दल निष्ठा व प्रेम पाहिल्यावर कृष्णाबाईंना आपल्या शाहू राजांबद्दलही तशीच निष्ठा व प्रेम व्यक्त करावे असे वाटले व त्यांनी तेथून महाराजांना त्या आशयाचे पत्र पाठविले. या पत्राचे पुढे काय झाले हे जरी समजले नाही, तरी महाराजांच्या मनात कृष्णाबाईंबद्दल आस्था निर्माण झाली असेल यात शंका नाही. कृष्णाबाई जेव्हा विलायतेहून कोल्हापुरास परतल्या, त्या वेळी त्यांच्या रजेच्या मुदतीचा सर्व पगार त्यांना एकरकमी देण्याची महाराजांनी व्यवस्था केली.

खरे तर शाहू महाराजांचे या केळवकर कन्यांकडे पूर्वीपासून लक्ष

होते. १८९५ साली पुण्यास काँग्रेसचे अधिवेशन भरले, त्या प्रसंगी कोल्हापूरच्या महिला प्रतिनिधी म्हणून महाराजांनी कृष्णाबाई व त्यांच्या भगिनी द्वारकाबाई या दोघींना पाठविले होते, अशी इतिहासाची साक्ष आहे.

शाहू महाराजांची कृष्णाबाईंवर कृपादृष्टी वाढत गेली. एक प्रकारचे जिव्हाळ्याचे नाते त्या दोघांत निर्माण झाले. कृष्णाबाई आपली आठवण सांगतात, "पुढे एकदा महाराणी साहेबांबरोबर मी मिरजेला गेले. त्यांच्या शस्त्रक्रियेच्या वेळी माझ्या डोळ्यांतून अश्रू आले. महाराजांनी ते पाहिले. दुसऱ्या दिवशी ते मला भेटावयास आले."

भावनगरचे भाऊसिंग महाराज हे शाहू महाराजांचे जिवलग मित्र. त्यांना पुत्र नव्हता. पुढे त्यांच्या राणीच्या बाळंतपणाचे दिवस आले, तेव्हा शाहू महाराजांनी कोल्हापूरहून कृष्णाबाईंना खास त्या राणीच्या प्रसूतीसाठी धाडले. भाऊसिंगजींना पुत्र झाला. खूश होऊन राजाने काय पाहिजे, असे विचारले. तेव्हा कृष्णाबाईंनी फक्त येणा-जाण्याचा खर्च द्या असे म्हटले. त्यावर राजाने मोत्यांनी मढवलेल्या सोन्याच्या बांगड्या बक्षीस म्हणून दिल्या.

बडे इंग्रज अधिकारी आले की महाराज त्यांना हे हॉस्पिटल दाखविण्यास घेऊन येत. डॉ. कृष्णाबाईंचा स्त्री-रुग्णांचा विभाग खास कौतुकाने दाखवीत. १९०४ साली खुद्द गव्हर्नर सर क्लार्कसाहेव यांनी हॉस्पिटलला भेट दिली. त्यांनी कृष्णाबाईंचाही स्त्री विभाग पाहिला आणि शेरेबुकात अभिप्राय नोंदविताना म्हटले :

"I have seen many hospitals in many parts of the Empire and I think that this institution reflects great honour on the State of Kolhapur. The patients are well cared for and strength of the staff is adequate for the work. It is a great advantage to the women's ward to have ministration of an accomplished Lady Doctor and I hope the fine example of Miss Krishnabai will be followed by other Indian ladies."

पुढे स. १९०८ साली याच गव्हर्नर साहेबांच्या शिफारशीवरून कृष्णाबाईंना त्या काळचा 'कैसर-इ-हिंद' हा ब्रिटिश साम्राज्यातील सर्वोच्च बहुमान प्राप्त झाला. त्या प्रसंगी पाठविलेल्या अभिनंदनपत्रात

गव्हर्नरसाहेब लिहितात,

"It is a great pleasure to inform you that a Silver Medal-Kaisir-i-Hind Medal – has been awarded to you. You have richly deservred the honour by your devotion to your profession and by your long and earnest work for the relief of illness and suffering."

कृष्णाबाई ह्या अतिशय स्वाभिमानी होत्या. हांजी हांजी करणे त्यांच्या स्वभावात नव्हते. करड्या शिस्तीच्या त्या भोक्त्या होत्या. त्यामुळे प्रसंगी वरिष्ठ अधिकारी मंडळींशी त्यांचे खटके उडत असावेत. अशाच एका प्रसंगी कृष्णाबाईंनी रागाच्या भरात नोकरी सोडून देण्याचा विचार दरबारला लिहून कळविल्यावर खुद्द शाहू महाराजांनी त्यांना एक प्रदीर्घ पत्र लिहून त्यांची समजूत काढल्याचे दिसून येते. हे सर्वच पत्र मुळातून वाचण्यासारखे आहे. पण त्यातील पहिली दोन-तीन वाक्ये अशी आहेत –

"Your services are needed to the Dabar. The Dabar will be very sorry to loose you. The Dabar never wishes that you should leave the service. The Dabar is well aware of your qualifications."

कैसर-इ-हिंदचा सन्मान मिळाल्यावर कोल्हापुरातील व महाराष्ट्रातील अनेक स्त्री-संघटनांनी कृष्णाबाईंना सन्मानपत्रे देऊन जाहीर सत्कार केला. कोल्हापूरच्या समस्त जैन स्त्रियांनी दिलेल्या मानपत्रात म्हटलेले होते –

"आपण मुंबई इलाख्यातील व इंग्लंडातील प्रसिद्ध विद्यालयांत फार मेहनतीने अभ्यास करून वैद्यकशास्त्रात चांगली प्रवीणता मिळवली, ह्याबद्दल आपली प्रशंसा करावी तितकी थोडीच आहे... हॉस्पिटलमध्ये आपली नेमणूक केल्यामुळे रोगी बायकांची फार चांगली सोय झाली आहे, ह्याबद्दल श्रीमन्महाराज छत्रपती साहेब सरकार करवीर यांचे आम्ही फार ऋणी आहोत. आपण दोन वेळा स्तवनिधीच्या सभेस येऊन तेथे जमलेल्या हजारो जैन स्त्री-पुरुषांस चांगला उपदेश केला, हे आपले आमच्यावर अनंत उपकार आहेत. आपली कर्तव्यदक्षता, वैद्यकशास्त्रज्ञता, आजपर्यंत केलेली लोकसेवा इत्यादी सद्गुण पाहून हिंदुस्थानचे बादशहा

सातवे एडवर्ड महाराज यांनी आपणास 'कैसर-इ-हिंद' ही बहुमानाची पदवी दिली, याबद्दल आम्ही आपले अभिनंदन करतो.

(कोल्हापूर श्राविकाश्रम) १० ऑक्टो. १९०८ ''

शाहू छत्रपती महाराज १९२२ साली स्वर्गवासी झाले आणि कृष्णाबाईंना वाटले की आपल्या गुणांचे चीज करणारा राजा गेला. खुद्द कृष्णाबाईंनी लिहिलेल्या एका इंग्रजी टिपणात म्हटले आहे, ''Shahu Maharaj died in 1922. I would not pull on with the regime that followed and retired early at the age of 45.'' कृष्णाबाईंचा जन्म १८७९चा. म्हणजे त्या स. १९२३ साली सेवानिवृत्त झाल्या हे स्पष्ट होते.

कृष्णाबाई सरकारी सेवेतून मुक्त झाल्या, तरी त्यांनी वैद्यकीय व्यवसायातून निवृत्ती घेतली नाही. शाहूपुरीत स्वतंत्र दवाखाना काढून त्यांची प्रॅक्टीस त्यांनी चालू ठेवली. अत्यंत यशस्वी डॉक्टर म्हणून त्यांनी यश, कीर्ती आणि संपदा मिळवली. कोल्हापुरात व पन्हाळ्यावर स्वत:चे बंगले बांधले. स्वत:च्या मोटारगाडीने त्या पन्हाळ्यावर राहावयास जात. पुढे पुढे तर त्यांचे वास्तव्य पन्हाळ्यावरच राहिले. कोल्हापुरात येणारी अनेक थोर थोर मंडळी कृष्णाबाईंना भेटण्यासाठी पन्हाळ्यावर जात. पन्हाळ्यावर त्यांना भेटलेल्या मंडळींत डॉ. बाबासाहेब आंबेडकर, नाम. भास्करराव जाधव, श्री. बाबा व सौ. साधनाताई आमटे प्रभृती असल्याची कागदोपत्री नोंद आहे.

सेवानिवृत्तीनंतर कृष्णाबाई कोल्हापुरात मोठ्या प्रतिष्ठेने राहिल्या. कोल्हापूरच्या सामाजिक जीवनात त्यांना मोलाचे स्थान राहिले. म. गांधी, गुरुदेव रानडे यांच्यापासून महर्षी कर्वे, महर्षी शिंदे यांच्यापर्यंत जी जी मोठी माणसे कोल्हापूरला आली, त्यांच्या त्यांच्या कृष्णाबाईंशी भेटीगाठी झाल्या. विविध विषयांवर चर्चा झाल्या. रँग्लर नारळीकर, डॉ. भांडारकर यांसारख्या विद्वानांशी त्यांचे जवळचे संबंध होते. कृष्णाबाईंचा संस्कृतचा अभ्यास चांगला होता. डॉ. भांडारकर तर त्यांना मुलीसारखे वागवीत.

कृष्णाजी दादाजी हे प्रार्थना समाजाचे अनुयायी होते. त्यामुळे अनेक प्रार्थना समाजिस्टांशी त्यांचा जवळचा संबंध आला. या समाजिस्टांचे कृष्णाबाईंना आयुष्याच्या जडणघडणीत मोठे साह्य झाले. खुद्द कृष्णाबाईही प्रार्थना समाजाच्या अनुयायी बनल्या होत्या. मुंबईत अनेकदा त्यांनी

समाजाच्या प्रार्थना चालविल्या होत्या. प्रार्थना समाजाचे थोर प्रवक्ते महर्षी विठ्ठल रामजी शिंदे कोल्हापुरात येत, तेव्हा त्यांच्या सभांचे, प्रार्थनांचे व वनोपसनाचे आयोजन त्याच करीत असत.

कृष्णाबाईंचे जीवन उत्तरोत्तर अध्यात्मवादी व विरक्त बनत गेले. काही दिवसांनी त्यांनी वैद्यकीय प्रॅक्टिसही बंद केली व आपला सर्व वेळ त्या धार्मिक वाचन, मनन व चिंतन यात घालवू लागल्या. राजाराम कॉलेजचे सेवानिवृत्त प्राचार्य आपटे हे त्यांचे गुरुबंधू. ते प्रसिद्ध गणितज्ञ, खगोलशास्त्रज्ञ होते. त्यांनी अंतराळातील एक तारा शोधून काढला होता. त्यास 'आपटे स्टार' अशी संज्ञाही मिळाली आहे. असा हा थोर शास्त्रज्ञ व गणिती शेवटी अध्यात्माच्या क्षेत्राकडे वळला होता. जीवनाच्या अखेरच्या पर्वात या प्राचार्य आपटे यांच्याबरोबर त्यांचे आध्यात्मिक मैत्र जमले. इतके, की प्राचार्य आपटे त्यांच्या बंगल्यावरच राहावयास गेले. शेवटी ते कृष्णाबाईंच्या बंगल्यावर होते.

वैद्यक क्षेत्राप्रमाणे अध्यात्म क्षेत्रातही कृष्णाबाईंनी मोठा अधिकार प्राप्त केला होता. एकदा गुरुदेव रानडे कोल्हापुरात आले असता कृष्णाबाईंच्या भेटीत त्यांना गुरुदेवांनी वाकून नमस्कार केला, तेव्हा भोवताली जमलेली मंडळी चकित झाली. ह्या एकाच घटनेवरून त्यांचा अध्यात्म क्षेत्रातील अधिकार समजून यावा.

करवीरचे शंकराचार्य श्री विद्याशंकर भारती यांचा कृष्णाबाईंना फार निकटचा सहवास घडला. शंकराचार्यांनी शांकरभाष्य, गीताभाष्य, ब्रह्मसूत्र, उपनिषदे आदी तात्त्विक ग्रंथांचे त्यांना अध्यापन केले होते. खुद्द शंकराचार्य त्यांचा उल्लेख 'देवता' म्हणून करीत असत.

अशा या डॉ. कृष्णाबाई केळवकर जन्मभर ब्रह्मचारिणी राहिल्या. तारुण्याच्या उंबरठ्यावर असताना त्यांच्या पिताजींनी - कृष्णाजी दादाजींनी - त्यांच्याकडून तशी शपथ घेतली होती. कृष्णाबाईंनी खूप खूप विद्या शिकावी, मोठे व्हावे, पण त्याच बरोबर आपल्या सर्व भावंडांच्याही संगोपनाची व शिक्षणाची जबाबदारी घ्यावी, असे कृष्णाजी दादाजींना वाटत होते. म्हणून त्यांनी आपल्या कन्येला हे ब्रह्मचारिणीचे व्रत दिले. कृष्णाबाईंनी ते तत्त्वनिष्ठेने व जिद्दीने आचरणात आणले. संपूर्ण केळवकर कुटुंब त्यांनी सामाजिक प्रतिष्ठेच्या उच्च दर्जावर नेऊन पोहोचविले. म्हणून कृष्णाबाईंचे भाचे प्रभाकर केळवकर आपल्या आठवणीत म्हणतात,

"आत्या (कृष्णाबाई) आम्हा सर्व कुटुंबीयांच्या आधारस्तंभ. घरातील सर्व माणसांत त्या जवळच्या वाटत. त्यांचा दराराही मोठा होता. घरात सर्वांत त्यांचा मान मोठा."

अशा या करवीर नगरीच्या थोर सुकन्या, महाराष्ट्राच्या आद्य स्त्री डॉक्टरांपैकी एक, महाराष्ट्रातील एक अत्यंत सुसंस्कृत व्यक्तिमत्त्व २ सप्टेंबर १९६१ रोजी अनंतात विलीन झाले. कोल्हापूरच्याच नव्हे, तर महाराष्ट्राच्या इतिहासात त्यांना त्यांच्या कार्याने अनन्यसाधारण स्थान प्राप्त झाले आहे.

संदर्भ ग्रंथ

१. 'केळवकर घराण्याची अप्रकाशित कागदपत्रे.' (डॉ. प्रल्हाद केळवकर यांच्या संग्रही असलेली)

२. डॉ आनंदीबाई जोशी-काळ व कर्तृत्व - अंजली कीर्तने, मुंबई, १९९७

३. विस्मृतीचित्रे - डॉ. अरुणा ढेरे, पुणे, १९८८

४. Rajarshi shahu Chhatrapti Papers.,Vol IV., Ed. Dr. Vilas Sangve & Dr. B.D. Khane, Shivaji University, Kolhapur, 1988.

५. डॉ. प्रल्हाद केळवकर यांच्याशी झालेली मुलाखत.

विशेष टीप :- अखिल महाराष्ट्र इतिहास परिषदेच्या स. २०००सालच्या पैठण अधिवेशनात वाचलेला शोधनिबंध.

◆

राजर्षी शाहू महाराजांनी घडवून आणलेला
धनगर-मराठा आंतरजातीय विवाह

आधुनिक महाराष्ट्राच्या जडणघडणीत राजर्षी शाहू महाराजांचा बहुमोल वाटा आहे. बहुजन समाजाचा उद्धार करणाऱ्या महात्मा फुल्यांचा वारसा चालविणारा राजा म्हणून महाराष्ट्राच्याच नव्हे, तर हिंदुस्थानच्या इतिहासात त्यांचे एक अलौकिक स्थान आहे. बहुजन समाजाच्या उन्नतीसाठी प्राथमिक शिक्षणाचा प्रसार, दलितोद्धार, अस्पृश्यता निवारण, जातिभेद-निवारण, आंतरजातीय विवाह इत्यादी अनेक सुधारणा आपल्या राज्यात घडवून आणण्यात हा राजा सातत्याने आघाडीव राहिला.

महाराजांचे जातिभेद निवारणाचे विचार

आपल्या समाजसुधारणेच्या कार्यात शाहू महाराजांनी जातिभेद निवारण कार्यास विशेष प्राधान्य दिले. जातिभेद व अस्पृश्यता या बाबी हिंदू समाजावरील कलंक असून, सामाजिक विषमता व राष्ट्रैक्याचा अभाव या दोषांस या अनिष्ट प्रथाच कारणीभूत आहेत, असे त्यांचे मत होते. जातिभेद मोडण्याची सुधारणा खालून वर अशी न होता ती वरून खाली आली पाहिजे, म्हणजे वरच्या वर्गाने प्रथम प्रारंभ केला पाहिजे, असे प्रतिपादन करताना महाराज म्हणतात,

"जातिभेद मोडण्याचे प्रयत्न केवळ खालच्या वर्गाकडून सुरू

झाल्यास त्याचे परिणाम अनर्थावह होण्याचा संभव आहे, तसेच काम उच्च म्हणविणाऱ्या लोकांकडून प्रथम झाल्यास, हे स्वार्थत्यागाचे उदाहरण इतर जातींना बोधप्रद होईल... वरच्या जातींनीही जरूर काही पायऱ्या खाली घेऊन, त्यांना हात देऊन वर घेतले पहिजे. असे झाले म्हणजे सुरळीतपणे व सलोख्याने हे जातिभेद मोडण्याचे बिकट काम सिद्धीस जाण्याचा संभव आहे. आम्हासारख्या मराठ्यांनासुद्धा जात मोडून एकी करण्यास भाग पाडले पाहिजे.''[१]

जातिभेद नष्ट करण्याचा खरा उपाय म्हणजे भिन्नभिन्न जातींमध्ये घडवून आणलेले आंतरजातीय विवाह होय, या बंडखोर मताचा महाराजांनी त्या काळी जाहीर पुरस्कार केला होता. आपल्या एका भाषणात ते म्हणतात,

''या देशाची उन्नती लवकर किंवा उशिरा होणे हे केवळ जातिभेद ज्या प्रमाणात नाहीसा होईल, त्यावर अवलंबून आहे. हा जातिभेद नाहीसा होण्यास भिन्नभिन्न जातीचे शरीरसंबंध विस्तृत प्रमाणावर होणे जरूर आहे. रोटीव्यवहार आता जास्त प्रमाणावर होणार, त्याविरुद्ध कोणी कितीही धडपड केली, तरी तिचा उपयोग होणार नाही; पण बेटीव्यवहाराची तशी गोष्ट नाही. असे विवाह होण्याकडे प्रकृती होण्यास कायदेशीर अडचणी दूर झाल्या पाहिजेत.''[२] *म्हणूनच महाराजांनी आपल्या भाषणात जातिभेद मोडण्याच्या कामी धडाडीने पाऊल टाकणाऱ्या शिवाजी महाराजांचा व अकबर बादशहाचा मोठा गौरव केलेला आढळतो.*[३]

महाराजांची विचाराप्रमाणे कृती

समाजाच्या प्रगतीसाठी जातिभेद व अस्पृश्यता या प्रथांचे निवारण प्रथम झाले पाहिजे, असे केवळ प्रतिपादूनच महाराज थांबले नाहीत, तर त्यांनी आपल्या संस्थानात शाळा, धर्मशाळा, सरकारी कार्यालये, दवाखाने इत्यादी सार्वजनिक ठिकाणी जातिभेद व अस्पृश्यता यास प्रतिबंध करणारा जाहीरनामा प्रसिद्ध केला व त्यास कायद्याचे स्वरूप दिले.[४] यापुढे जाऊन त्यांनी जातिभेदाचा मूळ पायाच उखडून टाकणारा आंतरजातीय विवाह कायदेशीर मानण्याचा कायदा आपल्या संस्थानात केला.

त्या कायद्याच्या मसुद्याच्या प्रारंभी म्हटले होते, ''हिंदू आणि जैन यांच्यात हल्ली असंख्य जाती निर्माण झाल्या आहेत आणि भिन्न जातींच्या लोकांत विवाह होण्यास रूढीचा प्रतिबंध येतो. तथापि,

हिंदू आणि जैन यांच्यामध्ये असे विवाह प्राचीन काळी सर्वसाधारणपणे प्रचारात होते आणि कोणीही जैनास अगर हिंदूस जातीनिर्बंध न पाळता सदरहू दोहोपैकी आपआपल्या कोणत्याही धर्माच्या मनुष्याशी विवाह करण्याची मुभा असणे इष्ट आहे आणि त्याच्याकरिता विवाहाचा एक प्रकार ठरवून देणे, तसेच ज्याचे कायदेशीरपणासंबंधाने शंका आहे असले काही विवाह कायदेशीर ठरविणे योग्य आहे.''[५]

हा क्रांतिकारी कायदा शाहू महाराजांनी आपल्या संस्थानात सन १९१९ साली अमलात आणला. त्या काळात असा कायदा म्हणजे सुधारणेचे फार मोठे पाऊल होते. सन १९१७ साली हिंदुस्थानच्या केंद्रीय कायदे मंडळात थोर नेते विठ्ठलभाई पटेल यांनी आंतरजातीय विवाहास कायदेशीर मान्यता मिळावी म्हणून एक बिल आणले होते. हे बिल 'पटेल बिल' म्हणून सर्व देशभर गाजले. देशातील लोकमान्य टिळक, पुरीचे शंकराचार्य, करवीरचे शंकराचार्य इत्यादी सनातन्यांच्या पुढाऱ्यांनी या बिलास कडाडून विरोध केला; पण त्याच वेळी सर तेजबहादूर सप्रू, लाला लजपतराय, राजर्षी शाहू महाराज यांसारख्या सुधारणावादी नेत्यांनी या बिलास आपला जाहीर पाठिंबा व्यक्त केला. हे बिल पास होऊन तसा कायदा झाला, तर 'धर्म लोप पावून सबगोलांकार होईल' अशी भीती धर्ममार्तंडांना वाटत होती. जातिभेद पाळणे म्हणजे धर्म, अशी ज्यांची समजूत होती, त्यांना तसे वाटणे स्वाभाविक होते.

महाराजांचे तत्त्वाप्रमाणे आचरण

कोल्हापूरच्या शाहू महाराजांप्रमाणेच बडोद्याचे महाराजा सयाजीराव गायकवाड हेही पुरोगामी विचाराचे होते. जेव्हा त्यांच्या कन्येने – इंदिराराजे यांनी – बंगालमधील कुचबिहारच्या राजपुत्राशी (नरेंद्र नारायण) विवाह करण्याचे निश्चित केले, तेव्हा त्यांनी रूढी मोडून या आंतरजातीय विवाहास आपली संमती दिली. कुचाबिहारचे राजघराणे हे बंगाली क्षत्रिय असून त्यांनी ब्राह्मो समाजाची दीक्षा घेतली होती. महाराजा सयाजीरावांच्या या निर्णयाचे शाहू महाराजांनी स्वागतच केले, एवढेच नव्हे तर हा विवाह घडून आल्यानंतर त्यांनी आपले थोरले राजपुत्र राजाराम यांचा सयाजीरावांच्या नातीशी – इंदुमतीराजेशी – विवाह घडवून आणला. याचा अर्थ आंतरजातीय विवाह घडवून आणलेल्या एका

राजकुटुंबाशी शाहू महाराजांनी आपले नात्याचे संबंध प्रस्थापित केले;

पण शाहू महाराजांना एवढ्यावरच थांबायचे नव्हते. क्षत्रिय-क्षत्रियामधील आंतरप्रांतीय विवाहापलीकडे त्यांना जायचे होते. जातिभेद मोडण्यासाठी वरच्या जातीने खाली यावयास हवे, या त्यांच्या तत्त्वानुसार त्यांनी आपल्या घराण्याचा इंदूरच्या होळकरांच्या धनगर घराण्याशी संबंध जोडण्याचा धाडसी प्रयत्न केला.

शाहू महाराजांनी पहिल्यांदा मराठी व धनगर समाजात मिश्र विवाह करण्याची योजना इंदूरच्या तुकोजीराव महाराजांबरोबर आखली. त्याप्रमाणे काही मिश्र विवाह घडवून आणावेत, म्हणून इंदूरच्या तुकोजीराव होळकर महाराजांना लिहिलेल्या पत्रात शाहू महाराज म्हणतात, "आपण आंतरजातीय विवाहासंबंधी उत्सुकता असणाऱ्या कुटुंबांमध्ये विश्वास निर्माण करावा." या पत्राप्रमाणे तुकोजीराव होळकरांनी धनगर समाजाची सभा भरवून अनुमती घेतली आणि शाहू महाराजांना तसे कळविले. लवकरच या दोन्ही राजांनी एकमेकांच्या सल्लामसलतीने १०० मिश्रविवाह करण्याचे योजिले. ह्या विवाह समारंभास सुमारे ६० हजार रुपये खर्च करावयाचा व या विवाहातील जोडप्यांना उभय राजांनी आपापल्या राज्यातील जमीनजुमला देऊन त्यांस साह्य करावयाचे असे ठरविले. या योजनेप्रमाणे २५ मिश्रविवाह नियोजित होऊन यशस्वी झाले.[६]

संस्थानिक आणि जनता यांचे नाते राजा आणि प्रजा असे असते. निरनिराळ्या जातींच्या संस्थानिकांनी आपापसात आंतरजातीय विवाह घडवून आणून सुधारणावादी चळवळीस चालना द्यावी, अशी शाहू महाराजांची इच्छा होती. त्यासाठी त्यांनी स्वत:च धाडसी पाऊल टाकण्याचे ठरविले.

'आंतरजातीय विवाह' या सुधारणेची सुरुवात शाहू महाराजांनी स्वत:च्या घरापासून केली. ती म्हणजे महाराजांच्या कागलकर घाटगे या जनक घराण्यातील त्यांचे काका, कागलचे संस्थानाधिपती काकासाहेब महाराज (धाकटी पाती) यांची कन्या म्हणजे महाराजांची चुलत बहीण राजकन्या चंद्रप्रभाबाई ही तुकोजीराव होळकर यांचे पुत्र यशवंतराव यांना देण्याचे त्यांनी निश्चित केले.

हा विवाह ठरविताना त्यांना आपल्या काकांच्या व अन्य कुटुंबीयांच्या मतात किती परिवर्तन करावे लागले असेल, याची कल्पना आज आपण करू शकणार नाही. पाऊणशे वर्षांपूर्वी घरंदाज मराठी कुटुंबाने आपली मुलगी धनगराच्या

घराण्यात (भले ते राजघराणे असले तरी) देणे, हे फार मोठे क्रांतिकारी पाऊल होते. राजर्षी शाहूंसारख्या धाडसी सुधारकालाच ते शक्य होते.

दुर्दैवाने हा विवाह प्रत्यक्ष पाहण्याचा योग शाहू महाराजांच्या नशिबी नव्हता; कारण लवकरच ६ मे, १९२२ रोजी त्यांचा अकाली मृत्यू घडून आला. त्यामुळे होळकर-घाटगे विवाह हा काही काळ स्थगित झाला असे दिसते; पण लवकरच स. १९२४ साली शाहू महाराजांचा वारसा चालविणाऱ्या राजाराम महाराजांनी आपल्या पित्याच्या इच्छेप्रमाणे हा विवाह घडवून आणण्यात पुढाकार घेतला.

होळकर-घाटगे साखरपुडा

या नियोजित विवाहाचा साखरपुडा ३० डिसेंबर १९२३ रोजी इंदूर मुक्कामी मोठ्या थाटामाटात साजरा झाला. सत्यशोधक समाजाचे थोर कार्यकर्ते व विचारवंत श्रीपतराव शिंदे यांच्या पुणे येथे प्रसिद्ध होणाऱ्या 'विजयी मराठा' या वृत्तपत्रात या नियोजित विवाहाबद्दल आनंद व्यक्त करून पुढे असे म्हटले होते, "धनगर व मराठा या क्षत्रिय राजघराण्यांत हा जो विवाह होणार आहे, त्यास श्रीमत् क्षात्रजगद्गुरूंची संमती मिळाली असून, बडोदा, धार, देवास वगैरे राजे-महाराजांकडून सहानुभूतीच्या तारा आलेल्या आहेत. राजर्षी शाहू महाराज यांच्या इच्छेनुसार छत्रपती घराण्यातील पुण्यश्लोक आईसाहेब महाराज (शाहू महाराजांच्या राणी) व सौ. अक्कासाहेब महाराज (महाराजांच्या कन्या) यांनीही हे मंगलकार्य यशस्वी करण्याकरिता पुढाकार घेतल्याचे समजते."[७]

इंदूर मुक्कामी विवाह समारंभ

होळकर-घाटगे विवाह समारंभ ९ फेब्रुवारी १९२४ रोजी इंदूर मुक्कामी मोठ्या थाटामाटात पार पडला. याचा समग्र वृत्तान्त 'विजयी मराठा'मध्ये देण्यात आला होता. हा विवाह समारंभ त्या काळच्या रूढीप्रमाणे १ फेब्रुवारीपासून ९ फेब्रुवारीपर्यंत नऊ दिवस चाललेला होता. सदर समारंभास कोल्हापूरचे राजाराम छत्रपती काही अपरिहार्य कारणामुळे हजर राहू शकले नाहीत. तरी त्यांनी आपल्या तर्फे निंबाळकर, सावर्डेकर, गायकवाड इत्यादी सरदार धाडले होते. कोल्हापूरच्या वऱ्हाडी मंडळींत पुण्याचे बाबूराव जगताप, कोल्हापूरचे श्रीपतराव शिंदे यांसारखे

अनेक सत्यशोधक कार्यकर्ते हजर होते. हिंदुस्थानातील अनेक राजे-रजवाड्यांनी नजराणे देऊन आपले प्रतिनिधी पाठविले होते. त्यामध्ये बडोदा, म्हैसूर, पतियाळा, भावनगर इत्यादी संस्थानिकांचा समावेश होता. या प्रसंगी हा विवाह घडवून आणणाऱ्या शाहू महाराजांची आठवण तीव्रतेने सर्वांना होणे स्वाभाविक होते. 'विजयी मराठाकार' श्रीपतराव शिंदे यांनी शाहू महाराजांचा एक सुंदर फोटो तुकोजीराव होळकर महाराजांना भेट दिला. त्या वेळी तुकोजीरावांनी उत्थापन करून छत्रपतींच्या त्या फोटोस मुजरा केल्याची नोंद 'विजयी मराठाकारांनी' केली आहे.[८]

महाराष्ट्रातील 'केसरी'सारख्या सामाजिकदृष्ट्या प्रतिगामी विचारांच्या वृत्तपत्रांनी या महत्त्वाच्या आंतरजातीय विवाहाची फारशी दखल घेतली नाही, हे अगदी स्वाभाविक होते. तथापि, प्रागतिकपणाचा टेंभा मिरविणाऱ्या पुण्याच्या मवाळ पत्रांनीही या पुरोगामी घटनेचे स्वागत केले नाही. याविषयी तत्कालीन सत्यशोधकांनी संताप व्यक्त केलेला दिसतो.[९]

सत्यशोधक समाजाकडून अभिनंदन

शाहू महाराजांच्या प्रेरणेने घडून आलेल्या विवाहाचे स्वागत महाराष्ट्रातील सत्यशोधकी विचारवंत आणि नेते यांच्याकडून होणे स्वाभाविक होते. विजयी मराठाकारांनी या घटनेवर 'इंदूर व कागल राजघराण्यांचा मिलाफ' या शीर्षकाखाली खास अग्रलेख लिहून शाहू महाराजांच्या या कार्याचा गौरव केलेला आढळतो. त्यामध्ये विजयी मराठाकार म्हणतात, ''कै. राजर्षी श्री शाहू छत्रपतींनी आपल्या हयातीत अखिल ब्राह्मणेतर समाजात चैतन्य उत्पन्न करण्याची स्पृहणीय कामगिरी केली, यात शंका नाही. तरी त्यांच्या पश्चात त्यांच्या विचारांस व उच्चारांस आचाराचे स्वरूप येत असलेले पाहून राजर्षींच्या कोट्यवधी अनुयायांस संतोष वाटल्याविना राहणार नाही.''[१०]

इतिहासातील या घटनेचा अन्वयार्थ

शाहू चरित्रातील ही घटना त्या काळात असामान्य अशी होती. महात्मा फुले यांच्याप्रमाणे शाहू महाराज हे खरे कर्ते सुधारक होते, हे सिद्ध करणारी ही घटना आहे. आजही उच्चकुलीन मराठी समाजामध्ये आंतरजातीय विवाह ही एक अपवादात्मक बाब मानली जाते. तथापि,

असा विवाह करण्याऱ्यास आज जातिबहिष्कृत केले जात नाही; पण तो काळ इतका सनातनी होता, की अशा प्रकारे आंतरजातीय विवाह करणे म्हणजे आपण होऊन धर्मसंकट ओढवून घेण्यासारखे होते. तथापि, अशा संकटांना सामोरे जाण्याचा शाहू महाराजांचा स्वभावधर्मच होता.

महात्मा फुले यांच्याप्रमाणेच मूलगामी समाजसुधारणा करीत असता तत्कालीन सनातनी समाजाची पर्वा शाहू महाराजांनी केली नाही. महात्मा फुले काय किंवा शाहू महाराज काय, यांनी अखिल समाजाच्या उद्धारासाठी आपले सर्वस्व पणाला लावून समाजाच्या सुधारणेच्या क्षेत्रात असे अभिनव प्रयोग केले; परंतु अशा प्रयोगांची दाहकता एवढी होती की, हे प्रयोग पचनी पडण्यास तत्कालीन समाजास अवघड गेले. त्यामुळे शाहू महाराज राजे होते म्हणून त्यांना ते शक्य झाले. आपल्या आवाक्याबाहेरचे हे कार्य आहे, असेच त्यांच्या अनुयायांना वाटत राहिले, असाच निष्कर्ष आजच्या बहुजन समाजाच्या मानसिक अवस्थेकडे पाहिल्यावर काढावा लागतो.

संदर्भ :

१. क्रांतिसूक्ते : राजर्षी छत्रपती शाहू - संपा. डॉ. एस. एस. भोसले, १९७५, पृ. ८३

२. क्रांतिसूक्ते, पृ. ७९

३. क्रांतिसूक्ते, पृ. १८

४. छत्रपती राजर्षी शाहू महाराज आणि कायदेकानू - ॲड. द. रा. बगाडे, १९८२, पृ. ११८

५. छत्रपती राजर्षी शाहू महाराज आणि कायदेकानू, पृ. ११८

६. राजर्षी शाहू : एक दृष्टिक्षेप - डॉ. जयसिंगराव पवार, पृ. ४९
   राजर्षी शाहू छत्रपती - धनंजय कीर, १९७९, पृ. २३६, ३११

७. विजयी मराठा - २१ जानेवारी १९२४

८. विजयी मराठा - १८ फेब्रुवारी १९२४

९. विजयी मराठा - १८ फेब्रुवारी १९२४

१०. निवडक विजयी मराठा - संपा. डॉ. जयसिंगराव पवार आणि डॉ. रमेश जाधव, पृ. ८१-८२

विशेष टीप :- अखिल महाराष्ट्र इतिहास परिषदेच्या स. १९९३च्या अलीबाग अधिवेशनात वाचलेला शोधनिबंध.

◆